मर्कटराजा
आणि
इतर कथा

शंकर सारडा

हे पुस्तक **माझं** आहे

मेहता पब्लिशिंग हाऊस

MARKATRAJA ANI ITAR KATHA
by Shankar Sarda

मर्कटराजा आणि इतर कथा / शंकर सारडा
बालसाहित्य

प्रकाशक : सुनील अनिल मेहता
मेहता पब्लिशिंग हाऊस, १९४१, सदाशिव पेठ, माडीवाले कॉलनी, पुणे ३०.
✆ ०२०-२४४७६९२४
E-mail : author@mehtapublishinghouse.com
Website : www.mehtapublishinghouse.com

मुद्रक : पार्कसन्स ग्राफिक्स,
१५, शहा इंडस्ट्रिअल इस्टेट, वीरा देसाई रोड,
अंधेरी (प.), मुंबई ४०० ०५३.

मुखपृष्ठ व आतील चित्रे : घनश्याम देशमुख

प्रथम आवृत्ती : जानेवारी, २०२०

किंमत : ₹१९५

P Book ISBN 9789353173791
E Book ISBN 9789353173807
E Books available on : play.google.com/store/books
www.amazon.in

अनुक्रमणिका

मर्कटराजा

दणदणीत शरीर. एक प्रचंड शिला दुभंगून त्याचा जन्म झाला. त्याच्या अंगी विलक्षण ताकद. जन्मल्याबरोबर त्याने सूर्याचा लाल गोळा बघितला आणि त्याच्यावर झेप घेतली.

मर्कटराज म्हणाला, ''मला अमर होण्याचे वरदान दे.''

''अरे, मी तरी कुठे अमर आहे?'' सूर्याने त्याला म्हटले ''माझ्याजवळ येऊन तू अमर कसा होणार?'' तू स्वर्गभूमीच्या राजाधिराज सुभूतींना भेट. ते तुला अमरत्वाचा वर देतील.'' मर्कटराजाने राजाधिराज सुभूतींच्या दरबारात प्रवेश केला.

''महाराज, मी तुमचा दासानुदास मर्कटराज. तुमची सेवा करण्याची संधी द्या... मलाही तुमच्याप्रमाणे अमर व्हायचे आहे.''

मर्कटराजावर राजाधिराज सुभूती एकदम प्रसन्न झाले. त्यांनी त्याला अमरत्वाकडे जाण्याचा मार्ग दाखवला. त्याचबरोबर निरनिराळी ७२ रूपे घेण्याचे मंत्रही सांगितले.

त्यामुळे मर्कटराजाला अळीपासून ते प्रचंड हत्तीपर्यंत आणि मानवापासून देवापर्यंत कुठलेही रूप घेता येऊ लागले. मर्कटराज हे वर मिळवून आपल्या मर्कटराज्यात आला.

परत येताना वाटेत त्याला बजबजपुरीच्या दानवराजाने अडवले. तेव्हा मर्कटराजाने त्याच्या राजवाड्याचा ताबा घेऊन, बजबजपुरीच्या दानव राजाला ठार मारले. त्याच्या मुलाकडे सत्ता सोपवली.

तेथील सैन्याची कवायत आणि शस्त्रास्त्रे बघून मर्कटराजाने ठरवले, आपल्या राज्यातील सर्व माकडांना शस्त्रे देऊन त्यांनाही लढाईचे शिक्षण द्यायला हवे.

राज्यात आल्याबरोबर त्याने फर्मान काढले.

“आजपासून सर्व तरुण मर्कट नागरिकांना लष्करी शिक्षण घ्यावे लागेल. त्यासाठी निरनिराळी केंद्रे असतील. शिबिरे घेण्यात येतील. या शिबिरातले प्रशिक्षण सक्तीचे असेल.”

युद्धशास्त्राचे प्रशिक्षण देण्यासाठी उघडलेल्या शिबिरांमध्ये तरुण माकडांची तुफान गर्दी झाली. त्या सर्वांना देण्यासाठी शस्त्रे नव्हती. तेव्हा मर्कटराजाने जंगलातील बांबू, वृक्षांच्या फांद्या वगैरेपासून शस्त्रे बनवून देण्याची युक्ती माकडांना सांगितली. बांबूचा भाला, तलवारी, झाडांच्या फाद्यांच्या ढाली, बाण, धनुष्य, काठ्या वगैरे बनवून युद्धकला शिकवण्यास प्रारंभ केला. सकाळ-संध्याकाळ कवायत होई. शिवाय गनिमी युद्धाचेही धडे दिले जात. झाडांवर चढणे, एका झाडावरून दुसऱ्या झाडावर उडी घेणे, शत्रूला चकवणे, शत्रू विसावले असताना त्यांच्यावर हल्ला करणे इत्यादी तंत्रांत माकड सैनिक आधीपासून तरबेज होते. त्यांच्या हाती ही शस्त्रे आल्यामुळे त्यांचे बळ खूपच वाढले. आक्रमण करणे, प्रसंगी माघार घेणे, उघड्या

मैदानात लढणे, गनिमी हल्ला करणे, बांबूवरून दूर दूर उड्डाणे करीत जाणे इ. तंत्रांचा सराव माकडांनी सुरू केला.

त्यांची ती कवायत आणि युद्धतंत्रामधील प्रगती पाहून मर्कटराज खूष झाला.

परंतु त्याच वेळी त्याच्या मनाला शंका चाटून गेली.

आपली ही लष्करी कवायत बघून आपणावर कोणी खरोखरच हल्ला केला तर? आपल्या जवळची ही बांबूची आणि लाकडी शस्त्रे कुचकामी ठरतील. शत्रूजवळ धातूची शस्त्रे असतील, तर आपली झाडाफांद्यांची शस्त्रे त्यांना तोंड देऊ शकणार नाहीत. पशु-पक्ष्यांनी आपल्यावर हल्ला चढवला, मानव प्राण्याने आपल्यावर हल्ला- चढाई केली तर आपला निभाव लागणार नाही. मी अमर आहे. आपल्याला काही होणार नाही; पण आपले हे सारे माकड सैनिक नाहक प्राण गमावून बसतील. तेव्हा आपणही खरी शस्त्रे मिळवायला हवीत.''

आपल्या मंत्रिमंडळाच्या बैठकीत मर्कटराजाने हा विषय काढला.

संरक्षणमंत्र्याने म्हटले, ''महाराज, आपणाला धातूची शस्त्रे सहज मिळवता येतील.''

''सहज मिळवता येतील?'' मर्कटराजाने आश्चर्याने म्हटले.

''येथून सहाशे योजने दूर समुद्रापलीकडे एक राज्य आहे. तेथे सोने, चांदी, लोह आणि ताम्रधातू यांच्यापासून शस्त्रे बनवली जातात. आपण ती शस्त्रे विकत घेऊ किंवा पळवून आणू. त्या राज्याच्या शस्त्रागारावरच आपण हल्ला करू. ती शस्त्रे आणून, त्यांचा वापर करण्याचे शिक्षण आपल्या सैनिकांना देऊ. त्यामुळे आपल्या राज्याच्या संरक्षणाची काळजी करण्याचे कारण उरणार नाही.''

''छान कल्पना आहे, मंत्री महाशय.'' आनंदी चेहऱ्याने मर्कटराज म्हणाला, ''मी आता त्याच कामगिरीवर निघतो, ही बैठक आता इथेच संपवू. मी परतल्यावर पुढची बैठक होईल.''

मर्कटराजाने आपल्या आवडत्या शतरंगढांग ढगावर स्वार होऊन, सिंहद्वीप देशाकडे प्रयाण केले. जाताना वाटेत समुद्र लागला. समुद्रापलीकडे सिंहद्वीप देशाच्या राजधानीच्या शहराचे विशाल तट दिसत होते. उंच इमारती लक्ष वेधून घेत होत्या.

ढगाला त्याने समुद्र पार करून पलीकडे चल म्हणून आज्ञा दिली. क्षणार्धात ढग सिंहद्वीपच्या त्या तटासमोरच्या प्रचंड महाद्वाराशी येऊन थांबला. लोकांना वाटले, धुक्याचाच लोट आला आहे. त्या धुक्यामुळे पहारेकऱ्यांना काहीच दिसेना.

मर्कटराजाने तेथील सामान्य नागरिकाचे रूप धारण करून महाद्वारातून आत प्रवेश केला.

त्या देशातील शस्त्रागार शोधायला त्याला वेळ लागला नाही. ''या शस्त्रागारात

भरपूर शस्त्रे असणार. ती विकत घेण्यापेक्षा आपल्या जादूने हस्तगत करणेच सोईस्कर ठरेल,'' असे मर्कटराजला वाटले.

त्याने डाव्या हाताची मूठ आवळून, उजव्या हाताने चक्राकार आकृती हवेत काढत वादळ होण्याचा मंत्र उच्चारला.

''वादळा, वादळा झटकन ये;
शहर सगळे कवेत घे.
लखलख वीज पाऊस वारे,
शहर होऊ दे, सैरभैर सारे
गाफील लोक गाफील सारे
घरात बसू दे भिऊन बावरे.''

....आणि प्रचंड वेगाने वाहणाऱ्या वाऱ्याने एकच थैमान घातले. मुसळधार पावसामुळे जो तो घरात शिरला; विजांच्या लखलखाटाने आणि कडकडाटाने साऱ्यांचे डोळे दिपले; कानठळ्या बसल्या. झाडे उन्मळून पडली; कच्ची घरे जमीनदोस्त झाली.

शस्त्रागाराचे पहारेकरी आणि अधिकारी त्या वादळामुळे घाबरून आपापल्या खोल्यांमध्ये जाऊन स्वस्थ बसले.

मर्कटराजाने शस्त्रागाराचा फेरफटका केला. भाले, ढाली, तलवारी, गोफणगुंडे, बरच्या, कट्यारी, सुरे, कुऱ्हाडी, परशू, धनुष्यबाण इत्यादी शस्त्रांचे तेथे ढीगच्या ढीग पडलेले होते.

''अरे वा! येथे तर भरपूर शस्त्रे आहेत. यातली कुठली शस्त्रे घ्यावीत; कुठली गाळावीत, कळतच नाही.'' मर्कटराजाचा थोडा गोंधळच उडाला. तेव्हा त्याने ठरवले, या प्रत्येक प्रकारची शस्त्रे आपणाकडे हवीतच. पण आपण एकटे ती नेणार कशी?

तेव्हा त्याने पुन्हा एक मंत्र म्हटला आणि आपल्या अंगावरचा एक केस काढून तळहातावर ठेवला.

''लक्ष लक्ष सैनिक व्हा.

शस्त्रे घेऊन आपल्या राज्यात चला.''

असा आदेश दिला.

त्याबरोबर त्या शस्त्रागारात शेकडो, हजारो, लाखो माकडे एकदम आली आणि जमेल तेवढी शस्त्रे घेऊन मर्कटराजाच्या मागोमाग ती सर्व निघाली. तेथे एकही शस्त्र उरले नाही. हा हा म्हणता ते शस्त्रभांडार रिकामे झाले.

त्याने पुन्हा मंत्र म्हणून झंझावाताला बोलावले. त्या तुफानी वाऱ्याच्या लाटेबरोबर ढगावर बसलेली मर्कटसेना फलपुष्प पर्वतातील आपल्या वन राज्याच्या क्षेत्रात पोचली.

शरतरंगढांग ढगावरून मर्कटराजा खाली उतरला; त्यापाठोपाठ सर्व माकडे आपापली शस्त्रे घेऊन उतरली. ती शस्त्रे एका भव्य गुहेत व्यवस्थित ठेवण्याचा आदेश त्याने दिला. त्या सर्व माकडांना त्याने पुन्हा आपला एक केस चोळून अदृश्य केले.

त्याच्या सैन्यातील माकडांना त्याने म्हटले, ''उद्यापासून आपण शस्त्रे वापरण्याचे प्रशिक्षण सुरू करू. रोज सकाळी तीन तास माध्यान्हापर्यंत युद्धशास्त्राचे धडे देण्यात येतील. सर्वांनी त्यासाठी वेळेवर उपस्थित राहावे.'' मर्कटराजाने सर्वांना बजावून सांगून आपापल्या घरी जाण्यास परवानगी दिली.

आपल्या राजाने एवढी शस्त्रे कशी आणली; याचे सर्वांनाच कोडे पडले. परंतु मर्कटराजाच्या अंगी नाना कळा आणि सिद्धी असल्यामुळे ही शस्त्रे त्याने आणली याचे त्यांना आश्चर्य मात्र वाटले नाही. ही शस्त्रे वाहून येथपर्यंत आणणारी माकडेही कशी क्षणांत अंतर्धान पावली, याबद्दलही माकडे रंगून चर्चा करू लागली.

दुसऱ्या दिवसापासून लष्करी शिक्षणाची मोठ्या उत्साहाने सुरुवात झाली. तलवार चालवणे, भाला फेकणे, धनुष्य-बाणाने तिरंदाजी करणे, परशूने वार करणे वगैरे गोष्टींची माहिती देण्यात आली.

माकडांना प्रथमच अशी शस्त्रे हाताळायला मिळाल्यामुळे त्यांची एकच धांदल उडाली.

कोणाला तलवारीच्या पात्याने कापत होते तर कुणाला भाला टोचत होता; कोणाला परशूने जखम झाली, तर बाण सरळ डोळ्याला लागून एका माकडाचा डोळाच निकामी झाला होता. चींचीं करीत माकडे इकडेतिकडे उड्या मारत होती; एकमेकांना आनंदाने मिठ्या मारत होती. 'बघ, मी कसा बाण मारतो–' 'बघ- मी कशी तलवार सपासप चालवतो-' असे एकमेकांचे कौतुक चालले होते.

तिसऱ्या दिवसापासून प्रशिक्षण अधिक शिस्तीत होऊ लागले.

दहा दहा माकडांचा गट करून त्यावर गटप्रमुख नेमण्यात आला. दहा गटांवर गणप्रमुख. त्यांना आरंभी कवायत करावी लागे. नंतर विशिष्ट शस्त्रांची माहिती देण्यात येई. त्यानंतर एक तास अनुभवी सैनिकांकरवी प्रत्यक्ष शस्त्र वापरण्याचे धडे दिले जात. पहिल्या दिवशी अनेकांना कापले व लागले; हे लक्षात घेऊन काळजी घेण्यात येऊ लागली.

फलपुष्प पर्वतातील मर्कटराज्यात हजारो माकडे तलवार-ढाल-भाले-परशू-धनुष्य-बाण अशा शस्त्रांनी कवायत करताहेत, हे बघून त्या जंगलातील सर्व पशू-पक्षी भयभीत झाले.

सिंह, वाघ, हत्ती, गवे, कोल्हे, लांडगे, तरस, चित्ते, हरणे वगैरे पशू मर्कटराजाला भेटून, 'आम्ही तुमचे मित्र आहोत, आमचे रक्षण करा' असे सांगून गेले.

जवळच्याच एका राजाच्या कानावर ही वार्ता गेली. त्याने लष्करी कवायतीसाठी ढोल, नगारे, सनदा, तुताऱ्या, झांजा, चिलखते, शिरस्त्राणे, रंगीत झेंडे वगैरे साहित्य मर्कटराजाकडे पाठवले. त्यामुळे माकडांची कवायत अधिकच ठसकेबाज होऊ लागली.

कवायत करणारी व युद्धाचे शिक्षण घेणारी हजारो माकडे बघून मर्कटराजाला खूपच संतोष होई. त्याने स्वतःसाठी एक लांबलचक तलवार घेतली; परंतु ती घेऊन चालणे वा उड्या मारणे त्याला गैरसोयीचे वाटत होते. या तलवारीऐवजी दुसरे एखादे सुटसुटीत शस्त्र आपल्याजवळ हवे, असे त्याला वाटू लागले.

आपल्या मंत्र्यांना त्याने बोलावले, आणि आपल्या तलवारीबद्दलची तक्रार त्यांना सांगितली.

मंत्र्यांनी आपापली डोकी खाजवली.

''महाराज, आपण चिरंजीव आहात; अमर आहात. तेव्हा मर्त्य माणसाची जी शस्त्रे आहेत ती तुम्हाला अयोग्यच होत. तुम्हाला साजेसे वेगळे शस्त्र मिळवायला हवे.'' संरक्षणमंत्र्याने म्हटले.

''अगदी बरोबर. महाराजाधिराज सुभूती यांच्या कृपेने मला अमरत्वाचे वरदान लाभले. निरनिराळी रूपे धारण करण्याची किमया साध्य झाली. अळीपासून ते हत्तीपर्यंत आणि मानवापासून देवापर्यंत कुठलेही रूप मला धारण करता येते. मी सूर्य-चंद्रांपर्यंत झेप घेऊ शकतो; मी पृथ्वीच्या पोटात शिरू शकतो; समुद्राच्या तळाशी जाऊ शकतो; आकाशात संचार करू शकतो; लोखंडी दरवाजातून वा दगडी भिंतींतून आरपार जाऊ शकतो. माझी सावली कधी पडत नाही. मी पाण्यात बुडत नाही आणि अग्नी मला जाळू शकत नाही. मला जाता येणार नाही असे स्थळ नाही.''

''महाराज, ही तर सर्वोत्तम गोष्ट झाली. या सर्व आश्चर्यकारक शक्तींची मदत घेऊन आपण पाताळलोकातील अग्निसर्पाच्या राज्यात जाऊ शकता. त्याच्याकडून आपल्या सोयीचे असे शस्त्र आपण मिळवू शकाल. लवचिक आणि वापरण्यास सोपे; परंतु तेवढेच जालीम.'' संरक्षणमंत्र्याने मर्कटराजाला सुचवले.

''वाहवा बलदंडराज; तुमची कल्पना नामी आहे.'' मर्कटराजाने खूष होऊन म्हटले.'' अग्निसर्पाला तलवारीसारखे शस्त्र वापरता येणे अशक्यच; तरीही तो

आपले संरक्षण उत्तम प्रकारे करू शकतो. तेव्हा त्याच्याकडून खरोखरच एखादे वेगळ्या प्रकारचे शस्त्र मिळवता येईल. मी आजच त्याला गाठतो.''

मर्कटराजाने फलपुष्प पर्वताच्या गुहेतून बाहेर येऊन विशाल सागरात बुडी घेतली. पाणी त्याला वाट देण्यासाठी दोन्ही बाजूंना सरकू लागले. त्यामुळे तो वेगाने समुद्राच्या तळाकडे जाऊ लागला. पूर्व समुद्राच्या तळाशी पोचायला त्याला फारसा वेळ लागला नाही.

तेथे एक यक्ष पहारेकरी म्हणून हातात लांब परशू घेऊन उभा होता. त्याने मर्कटराजाला नमस्कार करून नम्रपणे म्हटले,

''महाराज, आपण हे समुद्राचे पाणी असे दुभंगून एवढ्या वेगाने खाली पाताळात आलात; आपण नक्कीच महान जादूगार किंवा सिद्धपुरुष असणार, आपले सामर्थ्य अचाट आहे. आपले नाव कळले तर मी आपल्या स्वागतासाठी आमच्या स्वागतमंत्र्यांकडे निरोप पाठवतो. आपल्यासारख्या महान असामीचे स्वागत करताना त्यात काही त्रुटी राहू नये म्हणूनच माझी आपल्याला प्रार्थना आहे...''

''देवलोकात जन्मलेला मी मर्कटराजा फलपुष्प पर्वताचा राजाधिराज आहे; तुझ्या वृद्ध अग्निसर्प सागर राजाचा शेजारी आहे. तू मला ओळखू नयेस हे एक नवलच

म्हणायला हवे.''

ते ऐकल्याबरोबर यक्षाने आतील दालनात जाऊन राजप्रासादात स्वागतकक्षाशी संपर्क साधला. स्वागतमंत्र्यांना त्याने फलपुष्पपर्वताचे राजाधिराज मर्कटराज दाराशी आल्याचे सांगून त्यांच्या अद्‌भुत शक्तीची कल्पना दिली. आपल्या राज्याच्या शेजारीच त्यांचे राज्य आहे; आणि ते पूर्व सागरराजाच्या दर्शनासाठी आले आहेत हेही यक्षाने स्पष्ट केले.

स्वागतमंत्र्याने राजा अग्निसर्पाला मर्कटराजाच्या आगमनाची वार्ता दिली. ''अरे, मग मर्कटराजाचे स्वागत आपण जातीने करायला हवे.'' मनाशीच त्याने म्हटले.

पूर्वसागरराज्याचा वयोवृद्ध राजा अग्निसर्प एकदम ताडकन उभा राहिला आणि आपल्या दरबारात असलेल्या आपल्या अग्निसर्प मुलाबाळांसह लगबगीने प्रसादाच्या प्रवेशद्वाराशी आला; मर्कटराजाचे स्वागत करण्यासाठी उभा राहिला. त्याच्याबरोबर सेनापती कर्कटक आणि अग्निमत्स्य हेही हजर झाले.

''यावे तपस्वी मर्कटराज; पूर्वसागर राज्यात आपले स्वागत असो.'' त्याने मर्कटराजाला अगत्याने प्रासादात नेऊन सिंहासनाशेजारच्या भव्य आसनावर बसवले; दरबारातील मानकरी सरदार सेनापतींची ओळख करून दिली. फळांची ताटे त्याच्यापुढे ठेवली; आणि नंतर नम्रपणे विचारले.

“तपोनिधी मर्कटराज; आपण मृत्यूवर विजय मिळवलात आणि रूपांतराच्या अनेक सिद्धी प्राप्त केल्या, हे आमच्या कानावर आले आहे. हा चमत्कार आपण कसा सिद्ध केला, हे आपल्याच मुखातून ऐकण्याचे भाग्य आम्हाला लाभावे अशी प्रार्थना आहे.”

“पूर्वसागराधिपती महाराज,” मर्कटराजाने गंभीरपणे उत्तर दिले.” जन्मानंतर लगेच मी जगाचा त्याग करून खूप तपश्चर्या केली. त्या तपश्चर्येचे फळ म्हणून मला हा अविनाशी व अमर देह प्राप्त झाला. राजाधिराज सुभूती यांच्या कृपाप्रसादामुळे विविध रूपे घेण्याची व देहान्तर करण्याची सिद्धी मला प्राप्त झाली. मी वाटेल ते लहानमोठे रूप त्यामुळे धारण करू शकतो.”

“मर्कटराज, आपल्या या सिद्धींचा महिमा ऐकून आम्ही आपल्यापुढे नतमस्तक आहोत. आपले आगमन आमच्या राज्यात होणे हे आम्ही आमचे भाग्य समजतो. आपली सेवा करण्यात आम्हास आनंद वाटेल. आमच्यायोग्य सेवा अवश्य सांगावी.” पूर्वसागराधिपती अग्निसर्प म्हणाला.

“मी माझ्या प्रजाजनांना विपुल शस्त्रे मिळवून दिली आणि युद्धशास्त्रात प्रवीण केले; परंतु दुर्दैवाने मला स्वतःला पसंत पडेल असे एकही शस्त्र मला अजून सापडलेले नाही. पूर्वसागराधिपती महाराज, मी आपली ख्याती बऱ्याच दिवसांपासून

ऐकत आलो आहे. हिरव्याकंच पाचूंचे आणि शंखशिंपल्यांचे आपले हे भव्य महाल पाहून मी प्रसन्न झालो आहे. माझ्या लायक असे एखादे अद्‌भुत शस्त्र आपल्याकडे सापडेल, या आशेने मी आपल्याकडे मुद्दाम येणे केले आहे.''

मर्कटराजाची ही मागणी अमान्य करणे तर पूर्वसागराधिपतीला शक्यच नव्हते; तेव्हा एखादे शस्त्र देऊन याची बोळवण करावी, असा पोक्त विचार करून त्याने सेनापती अग्निमत्स्य याला सर्वांत लांब असणारी सागरसम्राज्ञी तलवार आणण्याची आज्ञा केली.

परंतु सेनापतीला बाहेर जाण्यास अटकाव करीत मर्कटराजाने म्हटले, ''महाराज, तलवारी तर माझ्याकडेही हव्या तेवढ्या आहेत; पण त्या वापरण्यात मला काही गंमत वाटत नाही. मला दुसरे एखादे शस्त्र मिळाले तर अधिक श्रेयस्कर ठरेल.''

तेव्हा पूर्वसागराधिपती अग्निसर्प राजाने आपला सरसेनापती ईल याला नऊ फण्यांचा भाला आणण्याची आज्ञा केली.

तो भाला मर्कटराजाने हातात घेतला; आणि दोन्ही हातांनी चुटकीसरशी वाकवला.

''हा भाला अगदीच तकलादू आहे; माझी गरज त्यापेक्षा वेगळी आहे. मला दुसरे

एखादे मजबूत शस्त्र द्या.''

एवढा जाडजूड भाला मर्कटराजाने एखाद्या पातळ दोरीसारखा वाकवला, हे बघून पूर्वसागराधिपतीला खरोखर घाम फुटला. आता आपली धडगत नाही, याला साजेसे, याला आवडेल असे शस्त्र कुठून आणायचे, असा प्रश्न त्याला पडला.

तरीही त्याने समजावणीच्या सुरात म्हटले, ''मर्कटराज, या भाल्याचे वजन तीन हजार सहाशे किलो आहे; एवढा मजबूत भाला अन्य कुणाकडे नाही.''

''परंतु मला तर तो अगदीच हलका वाटला; जरासा जोर लावल्याबरोबर त्याचा चोळामोळा झाला.

''ठीक आहे; मी आणखी एक सामर्थ्यशाली शस्त्र आता तुम्हाला दाखवतो.'' असे म्हणून पूर्वसागराधिपतीने पाताळ दरीतील सैन्यप्रमुख रोहीमत्स्य याला इंद्रलोकीचा परशू आणण्याचा आदेश दिला. त्याचे वजन सात हजार दोनशे किलो होते.

अत्यंत उत्सुकतेने मर्कटराजाने तो परशू हातात घेतला. तो त्याने इकडे तिकडे फिरवला; पण हे काही आपल्याला साजेसे शस्त्र नाही, अशी त्याची भावना झाली. तो परशू घेऊन त्याने तो इकडे तिकडे फिरवून बघितला, आणि शेवटी म्हटले, ''हा परशूही मला खूप हलका वाटतोय.''

"मर्कटराज," आता पूर्वसागराधिपतीची भीतीने अगदी पाचावर धारण बसली होती; "माझ्या शस्त्रागारातले हे सर्वांत वजनदार शस्त्र आहे आणि ते मला वरुणराजाकडून मिळालेले आहे."

"महाराज, मला आपले बोलणे ऐकून एक जुनी म्हण आठवली. 'अग्निसर्पाला खजिन्याचा पत्ता माहीत नाही, असे कोणी म्हणाले तर त्याबाबत शंका घेऊ नये." महाराज, आपण खजिन्यात लक्षपूर्वक बघून सांगा; दुसरी एखादी सामर्थ्यशाली वस्तू सापडेल कदाचित; तिची पडेल ती किंमत द्यायला मी तयार आहे."

मर्कटराजाच्या या शब्दांनी पूर्वसागराधिपती पुन्हा सावध झाला. हा शक्तिशाली मर्कटराज पक्का बनेल आणि मुत्सद्दी आहे, अशी त्यांची खात्री पटली. जुनी म्हण सांगण्याच्या निमित्तानं त्याने आपल्याला, निर्वाणीचा इशाराच दिला आहे; आणि पडेल ती किंमत देण्याची भाषा हा बोलतो– म्हणजे तो आपल्यावर हल्लादेखील करायच्या तयारीत दिसतो– असे विचार पूर्वसागराधिपतीच्या मनात येऊन गेले.

याच्यापासून सुटका करून घ्यायला हवी; पण त्यासाठी नेमके काय करावे, असा

प्रश्न त्याला पडला.

अग्निसर्पाची पत्नी- राणी फुत्कारदेवी शेजारीच बसून हा सर्व प्रकार पाहत होती. आपल्या पतीच्या मनात चाललेली खळबळ आणि अस्वस्थता तिच्या लक्षात आली. तिने बारीक आवाजात म्हटले, ''महाराज, हा मर्कटराज अचाट ताकदीचा तपस्वी दिसतो आहे; गेल्या काही दिवसांपासून आकाशगंगेत एक तेजस्वी लांबलचक तारा मला चकाकताना दिसत होता. तो स्थिर होता. या महात्म्याच्या स्वागतासाठीच जणू तो तारा आकाशगंगेत आला असावा.'' ती फुस्सफुस्स करीत बोलत असल्याने मर्कटराजाला काहीच उमगेना.

पूर्वसागराधिपतीने तिला म्हटले, ''हो; मीही तो लांबुडका धुमकेतू पाहिलाय खरा! परंतु तो या महात्म्याच्या स्वागतासाठी आकाशगंगेत आला असावा, हे तुझे म्हणणे मला शंकास्पद वाटते... मात्र त्यावरून मला एक आठवले. येथून साठ योजने अंतरावर समुद्रावर नियंत्रण ठेवण्यासाठी आणि त्याच्या भरतीवर मर्यादा घालण्यासाठी एक अद्‌भुत लोखंडी स्तंभ रोवलेला होता. तो लोहस्तंभही सतत चकाकत असतो. आपण या मर्कटराजाला त्या लोहस्तंभाबद्दल सांगून त्याची बोळवण करू या.''

नंतर पूर्वसागराधिपतीने मर्कटराजाकडे वळून म्हटले, ''महाराज, आपण म्हणता

ते बरोबर आहे. आपल्याला साजेसे एक अद्भुत शस्त्र मला ठाऊक आहे. येथून साठ योजने दूर समुद्रात वरुणदेवाने उभा केलेला एक लोहस्तंभ आहे; त्यामुळे समुद्र आपल्या मर्यादेचे उल्लंघन करीत नाही. हा स्तंभ एखाद्या सोट्यासारखा आहे; किंवा समुद्रात ठोकलेल्या खिळ्यासारखा आहे. आपण तो पाहाल तर–''

''मला तो आणून द्या...'' मर्कटराजाने मागणी केली.

''महाराज, तो स्तंभ समुद्रात खोलवर गाडलेला आहे. तो उखडून बाहेर काढण्याची ताकद आमच्यापैकी कोणातच नाही... परंतु आपल्या अंगी अचाट सामर्थ्य आहे. आपल्याला अनेक दैवी सिद्धी प्राप्त आहेत. आपण तो काढू शकला, तर आपण त्या लोहस्तंभाचे स्वामी व्हाल...'' अग्निसर्पाने आपल्या अंगाचे सगळे बळ एकवटून मर्कटराजाला समजावले.

''चला तर– दाखवा मला तो स्तंभ.''

अग्निसर्पाने म्हटले, ''मी पोहत तिकडे येतो– तुम्ही माझ्या मागोमाग या.''

त्या लोहस्तंभाचे दुरूनच तेजस्वी दर्शन घडले. त्याने मर्कटराजाचे डोळे दिपून गेले. हजारो सूर्यकिरण एकत्र येऊन चकाकावे तसे ते दृश्य होते.

''तो पहा, तो चकाकतोय तो– तोच तो लोहस्तंभ.''

जवळ जाऊन मर्कटराजाने त्या लोकस्तंभाची पाहणी केली. त्या तेजाने डोळे दिपू

नयेत म्हणून तेथील एका शिंपल्याचे काळसर पटल त्याने डोळ्यांपुढे धरले. वीस-पंचवीस फूट लांबीचा तो लोहस्तंभ होता. उंच सरळसोट, फांद्या नसलेल्या झाडासारखा. त्याचा घेर असेल दीड दोन फूट. हातांच्या कवेत येण्यासारखा.

मर्कटराजाने एक कुठलासा मंत्र म्हटला, "जय बजरंगबली तोड दुष्मनकी नली." असे पुटपुटत त्याने त्या लोहस्तंभाला दोन्ही हातांनी गच्च धरून तो समुद्राच्या तळातून वर काढण्यासाठी जोर लावला. तो लोहस्तंभ हलू लागला. थोड्या प्रयत्नांनी तो तळातून पूर्ण वर आला.

त्याचे निरीक्षण करीत मर्कटराजाने मनाशी म्हटले, "हा लोहदंड जरा लहान असता, एका हाताच्या मुठीनं धरण्यासारखा आणि पाचेक फुटांचा असता तर किती बरे झाले असते..."

हा विचार मनाशी बोलून दाखवत असतानाच मर्कटराजाला आश्चर्याचा धक्का बसला. कारण हातातला तो लोहदंड लहान लहान होत मुठीत मावेल इतका त्याचा घेर कमी झाला होता; आणि त्याची लांबीही पाच फूट झाली होती. काठीसारखा त्याने लोहदंड हवेत इकडेतिकडे फिरवून बघितला. त्याला तो सुटसुटीत वाटला. तो तलवारीसारखा अवजड नव्हता. नेण्या-आणण्यास वा झाडांवर उड्या मारताना

अडचणीचा नव्हता. तरीही त्याच्या मनात विचार आला– याची लांबी आणखी थोडी कमी झाली तर बरे होईल. आपल्या हातात ठेवूनही आपण उड्डाण करू शकू, असा एखाद्या वाटाण्याच्या शेंगेसारखा हा लोहदंड झाला तर मजाच मजा होईल.''

– आणि पुन्हा नवल वर्तले.

तो लोहदंड बघता बघता लहान होत वाटाण्याच्या शेंगेएवढा झाला. मर्कटराजाचा स्वतःच्या डोळ्यांवर विश्वास बसेना.

वीस-पंचवीस फूट लांबीचा झाडासारखा जाडजूड दोर असलेला लोहस्तंभ, पाच फूट लांबीचा काठीसारखा सडसडीत लोहदंड आणि आता मुठीत सहजपणे मावेल असा वाटाण्याच्या शेंगेएवढा चिटुकला खिळा – ही रूपे त्याने डोळ्यांदेखत बघितली होती. आपण जशी विविध रूपे धारण करू शकतो, तसा हा लोहदंडही सहजी लहान-मोठा होऊ शकतो; आपल्याला साजेसे शस्त्र म्हणजे हा अद्‌भुत लोहदंडच- याची खात्री पटली. त्याने बारकाईने तो लोहदंड न्याहाळला. त्यावर कोरलेले होत- वजन - १३५०० किलो. इच्छेनुसार लहान-मोठा होऊ शकणारा सुवर्णमंडित लोहदंड. निर्मिती - सत्ययुग वर्ष ५००० वरुणदेव.''

हा लोहदंड वरुणदेवांनी बनवलेला आहे, हे वाचून मर्कटराजाने त्याला नम्रपणे प्रणाम केला. ''हे वरुणराजाच्या लोहदंडा, यापुढे तू माझा सखासोबती हो, मला

मदत कर. माझ्या देहाचाच एक भाग बनून राहा.'' अशी प्रार्थनाही त्याने केली.

हा लोहदंड लहान-मोठा होतो, हे त्याने पुन्हा अजमावून पाहिले. त्याला त्याने 'लहान सुईएवढा हो' म्हटले, तर खरोखरच त्याच्या तळहातावर एक सोनेरी सुई झाली. 'काकडीएवढा हो,' म्हटले तर काकडीएवढा झाला. आता याबद्दल कसलाही संशय वा संदेह मनात ठेवण्याचे कारण नाही,असे मर्कटराजाला पुरते पटले...

त्याने तो लोहदंड आडवा फिरवल्याबरोबर समुद्रातले मासे, मगरी-सुसरी आणि पाणसर्प एकदम घाबरून इकडेतिकडे पळू लागले. त्याचा दणका बसला असता तर प्रचंड मगरी-सुसरींचीही पार गाळण उडाली असती, यात काहीच शंका नव्हती.

''सागराधिराज, हा लोहदंड मला अगदी हवा तसा आहे. आपण हा मला मिळवून दिला याबद्दल मी तुमचा आभारी आहे... परंतु या लोहदंडाला साजेसा साज माझ्याकडे नाही; तेवढा आपण दिलात तर छान होईल.'' मर्कटराजाचे हे बोलणे ऐकून त्याला एकदम हुसकून लावायच्या कल्पनेने पूर्वसागराधिपतीने झटक्यात म्हटले, ''महाराज, तसा साज काही माझ्याकडे नाही. या लोहदंडाला साजेसे आणि आपल्याला नेमके बसणारे चिलखत माझ्याकडे असते तर मी जरूर दिले असते; तसे चिलखत माझ्याकडे नाही; मला आपण माफ करावे.''

''सागराधिराज; मला दुसरी एक म्हण आठवते. एकाच कामासाठी दोन

यजमानांना त्रास देऊ नये.'' मर्कटराजाने काहीशा तीक्ष्ण स्वरात म्हटले, ''मला चिलखत मिळाल्याशिवाय मी येथून जाणार नाही.''

''मर्कटराज, खरोखरच माझ्याकडे आपल्याला देण्यासारखे चिलखत नाहीये. आपण दुसऱ्या एखाद्या सागराधिपतीला गाठले तर कदाचित काम होईल. आपल्याला हवे तसे चिलखत मिळू शकेल.''

''सागराधिराज, मला आणखी एक म्हण आठवतेय. तीन तीन घरे धुंडाळण्यापेक्षा एकाच घरात राहणे शहाणपणाचे असते. पण मी आपल्याला प्रार्थना करतो; ''मला एक चिलखत, एक शिरस्त्राण आणि पादत्राणे देण्याची कृपा करावी.''

''पण महाराज, माझ्याजवळ या वस्तू असत्या तर मी आनंदाने दिल्या असत्या.''

''सागराधिपती, आपण या प्रचंड महासागराचे स्वामी आहात. तेव्हा या वस्तू देणे आपल्याला अवघड नाही; परंतु या लोहदंडाचा वापर मी येथेच करावा अशी आपली इच्छा असेल तर, माझा नाइलाज आहे.''

''नाही नाही मर्कटराज, आपण अमर आहात. चिरंजीव आहात. मी मर्त्य आहे. या लोहदंडाचा वापर करून मला जीवनातून उठवू नका.'' अगदी भयकंपित आवाजात पूर्वसागराधिपती अजिजीने म्हणाला, ''माझ्या बंधूंना मी विचारून बघतो. त्यांच्याजवळ कदाचित या वस्तू मिळू शकतील.''

"तुमचे बंधू कुठे राहतात?"

दक्षिणसागराधिपती दक्षिणेला, उत्तररागराधिपती उत्तरेला; आणि पश्चिम सागराधिपती पश्चिमेला राहतात."

"हे पाहा, या सगळ्यांकडे हेलपाटे घालायला मला सवड नाही. आता मी आणखी एक म्हण आपल्याला सांगतो. येणे असलेल्या तीन गोष्टींपेक्षा खिशात असलेल्या दोन गोष्टींचे मोल अधिक असते. तेव्हा माझ्या मागणीची पूर्तता करण्यात आपले हित आहे.

"नाही मर्कटराज, मी या माझ्या तिघा भावांकडे आपणाला हेलपाटे घालायला सांगणार नाही." अग्निसर्पाने म्हटले, "मीच या तिघांना येथे बोलावून घेतो."

"आश्चर्यच आहे; त्या तिघांना यायला किती वेळ लागेल?"

"एक घटकाही लागणार नाही. आणीबाणीच्या वेळी पाताळनगरीतील जादूचा ढोल आणि जादूची घंटा आम्ही वाजवतो. त्यांचा आवाज ऐकताच आमचे बंधू लगेच एकत्र येतात."

"मग काही हरकत नाही. लगेच तो ढोल बडवा; घंटा वाजवा आणि आपल्या बंधूंना बोलावून घ्या."

पूर्वसागराधिपतीने सुसरीला ढोल बडवण्यास सांगितले. कासवाने घंटेचे टोल

दिले.

ढोल आणि घंटा यांचा आवाज ऐकताच तीनही सागराधिपती अग्निसर्प एकदम खडबडून जागे झाले. आणि झपाट्याने पूर्वसागराधिपतीच्या महालात येऊन पोचले.

पश्चिमसागराधिपतीने म्हटले, ''अरे दादा, अचानक असे काय घडलेय- एवढ्या तातडीने बोलावणे का केले?''

''पश्चिमराजा, तुला सांगताना मला खरोखर शरम वाटतेय.'' पूर्वसागराधिपतीने म्हटले, ''अरे, आज सकाळी स्वतःला मर्कटराज म्हणवणारे हे माकड येथे येऊन दाखल झालेय. ते स्वर्गात जन्मलेले आहे असे म्हणतात; आणि त्याला ७२ रूपे धारण करता येतात. ते अजरामर आहे. मी तुमचा शेजारी आहे असे ते मला म्हणाले आणि त्याला साजेसे शस्त्र हवे म्हणून हट्ट धरून बसला. त्याला मी तलवार दाखवली. ती त्याने वाकवून मोडली. त्याला भाला दाखवला; त्याला त्याने दोरीसारखे पिळून दाखवले. शेवटी त्याला मी समुद्राचे नियंत्रण करण्यासाठी वरुणराजाने रोवलेल्या लोहस्तंभाकडे नेले; त्या पठ्ठ्याने एखादी गवताची काडी उचलावी तसा तो प्रचंड लोहस्तंभ तळातून उपसून काढला. त्या लोहस्तंभाला लहान-मोठा करण्याची जादूही त्याला अवगत आहे. मघाशी सगळ्या सर्पांना त्याने लोहदंडाचा दणका देऊन घाबरवून सोडले. आता तो म्हणतोय, या लोहदंडाला साजेसे कपडे माझ्याकडे नाहीत; ते मला द्या. मी थातुरमातुर बोलून त्याला वाटेला

लावायचा प्रयत्न केला; तर पठ्ठ्या लोहदंडाचा वापर करायची धमकी देऊ लागला. त्याला साजेसे चिलखत, शिरस्त्राण व पादुका माझ्याकडे नाहीत. म्हणून मी एवढ्या तातडीने ढोल व घंटा वाजवून तुम्हा तिघा भावंडांना बोलावून घेतलेय. त्याला त्या वस्तू देऊन वाटेला लावायला हवे. चट्‌कन.''

''तू अगदीच शेळपट आहेस.'' उत्तर सागराधिपती म्हणाला, ''अरे, त्या माकडाला लगेच विळखा घालून तुरुंगात ढकलायचे.''

''दादा, एवढं सोपं ते असतं तर मी एवढा हबकलो असतो का?... त्याला पकडणं– तुरुंगात टाकणं हे अशक्य कोटीतलं आहे...'' पूर्वसागराधिपतीने एखादे गुपित सांगावे तसे म्हटले, ''अरे, त्या लोहदंडाचा प्रताप तुला माहीत नाही. तो जवळ आला तर तुझे कातडे जळून भस्म होईल. त्याचा फटका बसला तर तू जिवंत राहणार नाहीस...''

दक्षिण सागराधिपती समंजस होता. तो म्हणाला, ''जरा सबुरीने आणि अक्कल हुशारीने काम करा. त्याला तुरुंगात टाकण्याची किंवा मारण्याची भाषा व्यर्थ आहे. आपण त्या लोहदंडाचा बळी होण्यातही शहाणपण नाही. त्याला हवा तसा साज आपण देऊ शकू... माझ्याजवळ एक मस्त चिलखत आहे... ते त्याला देऊ आणि कटवू. नंतर आपण स्वर्गाकडे त्याच्याबद्दल तक्रार अर्ज पाठवून त्याला शिक्षा करा असे सांगू...''

"तुझं म्हणणं बरोबर आहे." उत्तर सागराधिपती म्हणाला, "माझ्याकडे कमलतंतूपासून बनवलेली आणि हवेतून व ढगातून सहज चालू शकणारी पादत्राणे आहेत. ती मी द्यायला तयार आहे."

"मग मी सोन्याचे शिरस्त्राण देईन. त्याला पक्ष्यासारखे दोन्ही बाजूला पंख कोरलेले आहेत." पश्चिमसागराधिपती म्हणाला.

पूर्वसागराधिपतीच्या चेहऱ्यावर हास्य उमटले. त्याच्या मनावरचा ताण सैल झाला. भराभर त्या तिन्ही वस्तू आणल्या आणि मर्कटराजाला त्या त्यांनी नम्रपणे अर्पण केल्या.

मर्कटराजाने अंगात ते चिलखत घातले; सोन्याचे शिरस्त्राणही त्याला अगदी बरोबर बसले. कमलतंतूच्या पादुकांनी तर त्याच्या खुषीला पारावारच राहिला नाही. त्या वस्तूंबद्दल सर्व सागराधिपतींचे त्याने पुनःपुन्हा आभार मानले.

"माझ्यामुळे आपल्याला काही त्रास झाला असेल तर त्याबद्दल मी दिलगिरी व्यक्त करतो. आपण माझे शेजारी आहात; आपले संबंध मैत्रीचे राहावेत. आपल्या या वस्तू मला नेहमी तुमचे स्मरण देत राहतील."

"जय बजरंग बली."

पुनःपुन्हा धन्यवाद देऊन मर्कटराजाने उड्डाण केले; समुद्राने दुभंग होऊन त्याला वाट करून दिली, हे दृश्य बघून ते चौघे सागराधिपती थक्क झाले; डोळे विस्फारून बघत राहिले.

समुद्राच्या किनाऱ्याला लागूनच भव्य लोखंडी दरवाजा होता. दरवाजातूनच फलपुष्प पर्वताकडे जाण्याचा रस्ता होता. त्या दरवाजाजवळ मर्कटराजा पोचला तेव्हा त्याच्या स्वागतासाठी त्याचे चारही मंत्री हजर होते.

समुद्रातून किनाऱ्यावरून एकाच उडीत मर्कटराजाने तो हा महादरवाजा गाठला. त्याच्या अंगावर पाण्याचा एक थेंबही नव्हता. त्याची सोनेरी कांती चकाकत होती. त्याचे ते शिरस्त्राण, चिलखत आणि हातातला तो नारळाच्या झाडासारखा लोहदंड हे बघून सर्व जण चकित झाले. फलपुष्प पर्वताच्या प्रवेशद्वारापासूनच माकड नागरिकांची दुतर्फा गर्दी होती.

''हे चिलखत– हा झगा कसा झळाळतोय नाही?''

''हे महाराजांच्या हातात काय आहे? सोनेरी गदा तर नव्हे?... पण किती उंच आहे ही!''

''–आणि हे शिरस्त्राण– तेही सोन्याचे दिसतेय...''

''आता आपल्याला आणखी नवी शस्त्रे मिळणार...''

अशा गोष्टी त्या माकडांमध्ये चालल्या होत्या.

दरबारात प्रवेश करण्यापूर्वी मर्कटराजाने दरबाराबाहेरच्या प्रांगणात आपला लोहदंड झाडाएवढा उंच करून रोवून ठेवला. त्यावर अनेक माकड पिलांनी चढण्याचा प्रयत्न केला; पण ते घसरत राहिले.

''महाराज, आपण हा लोहदंड आपण उचलून कसा आणला? किती जड वाटतोय.''

तेव्हा मर्कटराजाने पुन्हा तो जमिनीतून वर काढून आपल्या हातात धरून दाखवला; सगळ्यांनी टाळ्यांचा कडकडाट केला; आणि त्याने म्हटले,

''प्रत्येक गोष्टीला कोणीतरी योग्य असा स्वामी लागतो. हा लोहदंड गेली हजारो वर्षे समुद्रात पडलेला होता.''

पूर्वसागराधिपतीच्या चेहऱ्यावर हास्य उमटले. त्याच्या मनावरचा ताण सैल झाला. भराभर त्या तिन्ही वस्तू आणल्या आणि मर्कटराजाला त्या त्यांनी नम्रपणे अर्पण केल्या.

''प्रत्येक गोष्टीला कोणीतरी योग्य असा स्वामी लागतोच. हा लोहदंड गेली हजारो वर्षे समुद्रात पडलेला होता.

त्याच्याकडे कोणी ढुंकूनही बघत नव्हते. तो तिथे आहे हे कोणाला ठाऊक नव्हते.

परंतु तो काही दिवसांपूर्वीच चमकू लागला. पूर्वसागराधिपती अग्निसर्पाला वाटले–हा साधा लोखंडी खांब आहे, आणि हा खांब जादूचा आहे; तो आकाशगंगेतील ताऱ्यांना तोलून धरतो. त्यांच्यापैकी कोणीही या लोहदंडाला हलवू शकले नाही. त्याने मला त्या लोहदंडाकडे नेले, आणि तो घ्या असे सांगितले. तीस फूट लांब– आणि झाडाच्या बुंध्यासारखा जाडजूड घेर. मला वाटले की हा लोहदंड माझ्या दृष्टीने खूप अवजड आहे. तो लहान असता तर बरे झाले असते असे मी म्हटले, आणि तो लहान झाला. लहान होता होता तो सुईएवढा झाला... पुन्हा मोठाही झाला. मी उजेडात येऊन त्याला न्याहाळले. त्यावर कोरलेले शब्द मला दिसले. ''वजन – १३५०० किलो. इच्छेनुसार लहानमोठा होऊ शकणारा सुवर्णमंडित लोहदंड निर्मिती सत्ययुग वर्ष ५००० वरुणदेव.'' आता मी तुम्हाला चमत्कार दाखवतो...''

त्या लोहदंडाला त्याने म्हटले, ''लोहदंडा, लोहदंडा, सुईसारखा बारीक हो...''

आणि हजारो मर्कटांच्या डोळ्यांदेखत तो लोहदंड लहान लहान होत सुईएवढा झाला. माकडांचा आपल्या डोळ्यांवर विश्वासच बसेना. ती सुई मर्कटराजाने आपल्या कानात ठेवली.

''महाराज, पुन्हा जरा मोठा करून दाखवा. आम्हाला काहीच दिसत नाही.''

मर्कटराजाने हातात ती सुई घेऊन म्हटले,

''लोहराजा, मोठा हो. पाच फूट लांब काठीसारखा.'' आणि क्षणात तेथे एक

काठी सर्व माकडांना दिसू लागली.

"आता पुन्हा तीस फूट लांब झाडासारखा हो."

लोहदंड आधी होता तसा मोठा झाला.

आता मर्कटराजालाही या लोहदंडाशी खेळण्याची गंमत वाटू लागली.

त्याने आपल्या काही मंत्रांचा उच्चार करून स्वतःला खूप उंच बनवले. झाडापेक्षाही जास्त उंच आणि त्या लोहदंडालाही त्यापेक्षा दीडपट उंच होण्याची आज्ञा केली. तो लोहस्तंभ एवढा उंच झाला की डोळे वर करून त्याचा चकाकणारा शेंडा बघणेही माकडांना जमेना! तशात मर्कटराजही उंच झालेला...

"अगदी डोळ्यांचे पारणे फिटले आज! आपल्या मर्कटराजाला खरोखरच लहानमोठे होण्याची जादू अवगत आहे..."

"आणि लोखंडी स्तंभालाही तो लहान मोठा करू शकतो- असा चमत्काराचा खेळ आधी काही बघितला नव्हता."

"केवळ चमत्कार... विलक्षण..."

माकडे हर्षभराने नाचत खिदळत होती. मर्कटराजाने पुन्हा आपले नित्याचे रूप धारण केले. त्या लोहदंडालाही सुईएवढे लहान बनवून आपल्या कानात ठेवले.

मंडळी, आज एवढेच पुरे. आणखी गमतीजमती नंतर कधीतरी.

मर्कटराज आता नवीन काय दाखवणार – ते पुढे बघायला हवे.

●

नंदनवनाची फेरी

बऱ्याच वर्षांपूर्वी एक राजपुत्र होऊन गेला. त्याच्याजवळ निरनिराळ्या विषयांवरील सुंदर सुंदर पुस्तके होती. इतकी की तेवढी त्या काळात दुसऱ्या कुणाही माणसाजवळ नव्हती. आजवर जगात घडलेल्या एकूण एक घटनांची समग्र माहिती त्या पुस्तकांत होती, एवढेच नव्हे, तर त्या पुस्तकांतील चित्रे पाहून त्या सर्व घटना आपल्या डोळ्यांदेखत प्रत्यक्षच घडत आहेत असा भास होई. कुठल्याही देशाबद्दल, कुठल्याही साम्राज्याबद्दल हवी ती माहिती त्याला त्या पुस्तकातून मिळे.

पण ज्या एका गोष्टीबद्दल त्याला सर्वांत जास्त कुतूहल होते, त्या गोष्टीची माहिती त्यांपैकी एकाही पुस्तकात त्याला सापडलेली नव्हती. ती गोष्ट म्हणजे स्वर्गातील इंद्राची बाग– नंदनवन. नंदनवन नेमके आहे कुठे, त्याच्याकडे जाणारा रस्ता कुठला– याबद्दल खुलासा करणारे एकही पुस्तक त्यांच्या संग्रही नव्हते. खूप प्रयत्न करूनही त्याला ते मिळाले नव्हते.

लहानपणी नुकताच कुठे तो धुळाक्षरे गिरवायला लागला होता, तेव्हा त्याच्या आजीने त्याला सांगितले होते की, त्या नंदनवनातील प्रत्येक फूल पंचपक्वान्नासारखे चविष्ट असते आणि त्याचा देठ उंची द्राक्षाप्रमाणे गोड असतो. नंदनवनातील एका झाडावर म्हणे इतिहास वाढत असतो, दुसऱ्यावर भूगोल, तिसऱ्यावर विज्ञान. ज्या

झाडाचे फळ खावे, त्या विषयाचे ज्ञान ते फळ खाणाऱ्याला आपोआप होऊन जाते. जितकी जास्त फळे खावी तितके ज्ञान जास्त मिळे.

लहानग्या राजपुत्राला त्या साऱ्या गोष्टी खऱ्या वाटत. पण जसजसा तो मोठा होत गेला, त्याच्या ज्ञानात भर पडत गेली, तसतसा त्याचा जगाचा अनुभव वाढत गेला. त्याला मग कळून चुकले की, आजीने सांगितले ते काही नंदनवनाचे खरे वैशिष्ट्य नव्हे. इरह आणि आदम यांची गोष्ट कळल्यावर तर त्याची याबद्दल खात्री पटली. परमेश्वराने पहिल्यांदा आदमला निर्माण केले. तो पहिला माणूस. मग इव्हला निर्माण केले. ती पहिली स्त्री. आधी ती दोघे स्वर्गातच राहत. देवाने त्यांना बजावून सांगितले होते की, ज्ञानवृक्षाची फळे खाऊ नका. पण ती फळे पाहिल्यावर इव्हाला राहवेना. ती फळे हवीतच असा हट्ट तिने आदमजवळ धरला. तिच्या हट्टापुढे आदमचे काही चालेना. 'ज्ञानवृक्षाची फळे त्यांनी खाल्ली. त्याबरोबर पूर्वी माहीत नसलेल्या अशा अनेक गोष्टींचे ज्ञान त्यांना झाले. पूर्वी त्यांना नुसते सुखच माहीत होते. आता दुःख म्हणजे काय, ते कळले. पूर्वी नुसते पुण्यच माहीत होत; आता पापाचीही ओळख झाली. आपली आज्ञा मोडून आदम-इव्ह यांनी ज्ञानवृक्षाची फळे खाल्ली, हे कळल्यावर परमेश्वर रागावला. त्याने त्या दोघांना नंदनवनातून हाकलून लावले. त्यांना पृथ्वीवर पाठवले. म्हणून जगात माणसाच्या नशिबी दुःख आले, पाप आले. ही गोष्ट राजपुत्राच्या मनात ठाण देऊन बसली.

तो स्वतःशीच विचार करीत बसायचा. 'इव्हनं

ज्ञानवृक्षाला स्पर्श का बरं केला? परमेश्वरानं मनाई केली असूनही आदमनं ज्ञानवृक्षाचं फळ का बरं खाल्लं? आपण जर त्याच्या जागी असतो तर असं काही होऊ दिलं नसतं. पृथ्वीवर मग कधी पापाचं सावट पडलं नसतं.'

लहान असतानाच राजपुत्र असं बोलायचा असं नाही. सतरावं वर्ष लागलं. तो चांगला जाणता झाला; तरी त्याचे हे विचार कायमच राहिले. नंदनवनाबद्दलची त्याची जिज्ञासा अधिकाधिकच तीव्र होत गेली. एके दिवशी तो असाच भटकायला निघाला. जंगलात एकटाच. त्याला एकट्यानं दूरदूर भटकन्ती करायची भारी हौस होती.

संध्याकाळ व्हायला आली. आभाळात काळ्याकुट्ट ढगांची ही गर्दी झाली. मुसळधार पाऊस सुरू झाला. सगळीकडे भयाण काळोख पसरला. एखाद्या खोल विहिरीत ऐन अमावस्येच्या रात्री असावा तसा. राजपुत्राला काही दिसेना. पण तो चालतच राहिला. कधी तो निसरड्या गवतावरून घसरून पडे; कधी त्या खडकाळ जमिनीतून वर आलेल्या एखाद्या दगडाला ठेचकाळून पडे. तो पार भिजून चिंब ओला झाला. चालून चालून तो भयंकर दमला. इतका की आता यापुढे एक पाऊलही उचलायचं त्राण त्याच्या अंगात उरलं नाही. तेवढ्यात त्याला एक विचित्र सळसळ ऐकू आली. समोर पाहतो तो त्याला दिसली एक झोपडी; आणि तीही दिव्याच्या प्रकाशानं उजळून निघालेली. त्याला धीर आला.

झोपडीत मध्याभागी एक शेकोटी धगधगत होती. फर वृक्षाचे दोन भले मोठे ओंडके

पेटलेले होते. त्या विस्तवावर एक हरीण भाजलं जात होतं आणि पुरुषासारखीच आडदांड दिसणारी एक म्हातारी एका हातानं लहान लहान लाकडं शेकोटीत टाकत होती; दुसऱ्या हातातल्या चिमट्यानं शेकोटीतले हरीण खालीवर करीत होती. दारात उभ्या असलेल्या त्या नवख्या तरुणाकडे तिचे लक्ष गेले. ती मोठ्या आपुलकीने म्हणाली, "ये बाळ, ये बस शेकोटीजवळ. बराच भिजलेला दिसतो आहेस. वाळव तुझे कपडे."

राजपुत्र शेकोटीजवळ गेला. आळीपाळीने त्या म्हातारीकडे अन् त्या खोलीतल्या वस्तूंकडे पाहू लागला. त्या म्हातारीच्या तोंडावर सुरकत्या असल्या तरी ती खूप उंच अन् अंगापिंडानं दणकट दिसत होती.

"असला भयंकर पाऊस पाहिला नव्हता बुवा आपण कधी!" जमिनीवर बैठक मारीत राजपुत्राने म्हटले. अजूनही थरथर कापत होता तो.

"अरे, याचं काय घेऊन बसला आहेस?" ती म्हातारी म्हणाली, "माझी मुलं घरी येऊ दे. मग बघ. यापेक्षा भयंकर वादळी वारे सुटतील."

"का बरं?"

"म्हणजे! तू आत्ता कुणाच्या घरी आहेस हे तुला माहीत नाही वाटतं?" म्हातारीने म्हटले, " अरे, हे घर आहे वाऱ्याचे. उत्तर वारा, पश्चिम वारा, दक्षिण वारा आणि पूर्व

वारा ही सारी माझीच मुलं. आलं का लक्षात आता तरी?''

''मग तुझी मुलं कुठं गेलीत?'' राजपुत्राने विचारले.

''चक्रमच आहेस! असे विचित्र प्रश्न कुणी नव्हते विचारले मला!'' काहीशा रागानंच ती म्हातारी म्हणाली, ''त्यांचा ठावठिकाणा कुणी सांगावा? मन मानेल तसं उंडारायला हवं त्यांना. ढगांचे चेंडू करून रपारपी खेळत असतील आता वर त्या तिथं.'' आणि तिने आकाशाकडे बोट दाखविले.

''अस्सं होय!!'' राजपुत्र म्हणाला, ''पण तुला असं दरडावून बोलायला काय झालं? आमच्या राजवाड्यात असं आक्रस्ताळेपणानं ओरडताना एकाही बाईला पाहिलेलं नाही मी.''

''त्या बायांचं काय जातं गुलूगुलू बोलायला?'' म्हातारी एकदम डाफरून म्हणाली, ''माझ्याप्रमाणं एकापेक्षा एक खोडसाळ पोरं असती तर कळलं असतं त्यांना. मी जर नाही अशी कडक राहिले, तर पोरं एक अक्षर तरी ऐकतील होय माझं? असं दरडावून बोलते म्हणून तर ती वचकून असतात मला. त्या भिंतीजवळचे चार मोठे मोठे पिंजरे पाहिलेस?

''लहानपणी तू छडीला घाबरायचास ना, तशी माझी पोरं या पिंजऱ्यांना पाहून चळाचळा कापतात.. मी त्या पिंजऱ्याकडे बोट दाखवायचा अवकाश, की अगदी

सुतासारखी सरळ होतात. मी जर त्यांना पिंजऱ्यात शिरा असं म्हटलं तर काय बिशाद आहे त्यांची बाहेर राहायची? असल्या बाबतीत मुलांचे लाड केलेले खपत नाहीत मला. शिस्त म्हणजे शिस्त. मी सांगेपर्यंत त्या पिंजऱ्यातून बाहेर येण्याची काय टाप आहे त्यांची? अरे, पण हा इकडं माझा एक मुलगा आलाच की.''

तो होता उत्तर वारा. तो आपल्याबरोबर घेऊन आला बर्फासारखी गारीगार थंडी. टपोऱ्या टपोऱ्या गारा जमिनीवर टपटपू लागल्या तो आत आल्याबरोबरच. पांढरेशुभ्र हिमकणही चोहोकडे बागडताना दिसू लागले. अस्वलाच्या कातड्याचे कपडे त्याने घातले होते. सील माशाच्या कातड्याची टोपी त्याच्या कानापर्यंत खाली आली होती. दाढीवर हिमकणांनी तळ दिला होता. आणि जाकिटाच्या कॉलरखालून तर गारा एकामागून एक अशा पडत होत्या जमिनीवर. ''ए, एकदम असाच येऊ नकोस रे शेकोटीशी. नाही तर तुझ्या हातापायांना नि तोंडाला हिमबाधा व्हायची.'' राजपुत्राने आपल्या वैद्यकीय ज्ञानाचा उपयोग केला.

''हिमबाधा? आणि मला होणार?'' खो-खो हसत उत्तर वारा म्हणाला, '' हा हा हा.... अरे, बर्फात खेळण्यासारखी मजा आलम दुनियेत नाही दुसरी, आहे माहीत?''

''तो माझा पाहुणा आहे'' म्हातारी म्हणाली, '' करायच्यात काय तुला बाकीच्या पंचायती?.. याउप्पर जर काही विचारलंस तर त्या पिंजऱ्यात जा कसा! समजतंय ना मी काय म्हणतेय ते?''

म्हातारीची ही मात्रा बरोबर लागू पडली.

उत्तर वारा मग शांतपणे आपली हकिगत सांगू लागला. गेल्या महिन्याभरात तो कुठं कुठं गेला,

त्यानं काय काय केलं... सारं सारं तो सांगू लागला.

''आई, आई गं. आता किनई मी येतो आहे तो आर्क्टिक महासागरावरून.'' उत्तर वारा म्हणाला, ''व्हेल माशांच्या शिकारीला निघालेल्या काही रशियन बोटींबरोबर मी बेअर्स आयलँडवर गेलो होतो. तिथं एका बोटीच्या निशाणावरच मुक्काम ठोकला मी. ती बोट किनई नॉर्थ केपपासून निघाली ना, तेव्हा चक्क तिथंच झोपून गेलो.

अधूनमधून किंचित जाग यायची तेव्हा डोळे किलकिले करून बघायचो. तर आपला एक पेट्रल पक्षी सारखा माझ्या पायांशी घोटाळत असलेला दिसायचा. फारच गमत्या पक्षी असतो हं तो. मध्येच पंख काय फडफडवितो, मध्येच पंख लांबवर पसरून हवेत काय तरंगतो, अन मध्येच एकदम सुळकन् उंच काय उडतो. वाहवा!''

''ए, उगाच पाल्हाळ लावत बसू नकोस.'' म्हातारीने त्याला अडवून म्हटले, ''म्हणजे बेअर्स आयलँडपर्यंत तू जाऊन आलास म्हणायचं?''

''हो तर! आई, अगं काय छानदार करणारं बेट आहे गं! ताटासारखी सपाट आहे तेथील सारी जमीन. नृत्यासाठी मुद्दाम तयार करावी तशी! गवतावर अर्धवट वितळलेल्या हिमाचा थर पसरल्यामुळे कशी अगदी गुळगुळीत होऊन गेलीय. त्या बर्फाच्या थरावर पसरलेले आहेत व्हेल माशांचे अन् अस्वलांचे सांगाडे. तेही हिरव्यागार गवताने आच्छादलेले... राक्षसाचे अगडबंब हातपाय तर नव्हते ना हे,

अशी शंका मनाला चाटून जायची. सूर्याच्या किरणांना त्या प्रदेशात मज्जाव असावा, अशी कल्पना होती आपली.

"मग मी किनई थोडीशी फुंकर मारून ढगांना इकडे तिकडे पांगविले. सैरावैरा पळायला लावले. नाहीतरी बेटे आजकाल व्यायामाची टाळाटाळ करतात. शिक्षा म्हणून मुद्दाम दुप्पट पळवले त्यांना...

"त्यामुळे आणखीही एक गंमत पाहायला मिळाली. मोडक्या जहाजाच्या अवशेषांपासून बनवलेली एक झोपडी होती तिथे. तिच्या सगळ्या बाजूंना लावलेले होते व्हेल माशांचे कातडे- अन् तेही मांसल बाजू दर्शनी भागाला ठेवून. आई गं, कसं हिरवं-लाल दिसायचं ग ते! त्या पडवीच्या छपरावर किनई एक अस्वल बसलेलं होतं. सारखं गुरगुरत होतं ते..."

"मग मी किनाऱ्याकिनाऱ्यानं भटकलो. पक्ष्यांच्या घरट्यात डोकावले. त्यातली उघडीनागडी इवलाली पिलं पाहिली. रडत होती बिचारी चोची सताड उघडून. त्यांच्या हजारो पिटुकल्या कंठांत मी फुंकर मारली तेव्हा कुठे ती सारी शांत झाली. डुकरासारखी तोंडे असलेल्या अन् लांबलचक सुळे असलेल्या पाणघोड्यांना अवाढव्य किड्यांसारखं पाण्याखाली गडबडा लोळण घ्यायला लावली."

"पाहा तर खरं, माझा हा उत्तर वारा आपले पराक्रम खुलवून सांगण्यात कसा

पटाईत आहे तो!'' कौतुकाने म्हातारी राजपुत्राला म्हणाली, ''आपणही जावं त्याच्याबरोबर असं वाटायला लागतं.''

''आणि त्यानंतर झाली मासेमारीला सुरुवात!'' उत्तर वारा पुढं सांगू लागला, ''एक भाला घुसला एका पाणघोड्याच्या पोटात; अन् रक्ताचं कारंजच उसळायला लागलं की! सारं बर्फ लालीलाल होऊन गेलं. तेव्हा मला जरा मजा करायची हुक्की आली. बर्फाचे उंच उंच पर्वतप्राय ढीग केले आणि व्हेल माशांच्या शिकारीवर आलेल्या बोटींना वेढून टाकले. वा! बोटीवरचे सारे खलाशी घाबरून मग जोरजोराने किंचाळ्या मारू लागलो. पण मी त्यांना दाद देतो थोडीच! मी त्यांच्यापेक्षाही भन्नाट आवाजात घोंगवू लागलो. अखेर त्याला व्हेल मासेच नव्हे तर इतर सारं सामानही बोटीवरून बर्फावर फेकून देणे भाग पडले. त्याशिवाय मी त्यांच्यावर बर्फाच्या गोळ्यांचा मारा केला तो वेगळाच! शेवटी दक्षिणेकडे त्यांना लोटून दिले. म्हटले, बघा तर खरी समुद्राच्या पाण्याची चव! पुन्हा कधी फिरकणार नाहीत ते बेअर्स आयलँडकडे.''

''अशा खोड्या केल्यास होय तू कार्ट्या?'' म्हातारी रागीट चेहरा करून म्हणाली, '' अन् पुन्हा त्याबद्दल फुशारकी मिरवितोस! चांगलीच कणीक तिंबली पाहिजे तुझी.''

''हे बघ आई, अशी रागावू नकोस बाई. पण स्वतःच्याच तोंडून आपण केलेली सत्कृत्य सांगण्यात काय भूषण आहे? तूच सांग.''

तेवढ्यात दाराबाहेरून कुणाच्या तरी पावलांचा आवाज येऊ लागला.

''अगं आई, आई, पश्चिम वारा येतोय वाटते. त्याचा समुद्रावरचा खारा वासच

सांगतोय.''

''म्हणजे तो नाजूक झेपरच ना? लहानगा? मी वाचलंय पुस्तकात.'' राजपुत्र म्हणाला.

''हो, तोच तो.'' म्हतारी म्हणाली, ''पण तो काही आता लहानगा राहिला नाही. बालपण सरून फार फार वर्षं झाली त्याला!''

झेपर–पश्चिम वारा अगदी एखाद्या रानटी माणसासारखा दिसत होता. त्याने डोक्यावर जाडजूड पागोटे घातले होते. त्याच्या हातात महोगनी वृक्षाचा दंडुका होत-खास अमेरिकेतल्या जंगलातून आणलेला. इतरत्र कुठे तसा दंडुका मिळता ना!

''कुठून रे येतो आहेस तू?'' वाऱ्याच्या आईने विचारले.

''आपल्या त्या ह्या... ह्या जंगलातून.'' पश्चिम वारा उत्तर देता देता अडखळला. ''काय बरं त्याचं नाव? हे लोक इतकी लांबलचक नावं का ठेवतात कळत नाही. लक्षात तरी कशी ठेवायची बरं ती? तर आई तिथं की नाही, काटेरी झुडपा-वेलींनीच एकमेकांना गुंफण्याचं सत्र चालवलं आहे. तिथल्या ओलसर गवतात पाणसर्प आरामात पहुडलेले असतात. माणसांसाठी ती जागा नव्हेच मुळी!''

''मग तू रे काय करीत होतास तिथं?''

''हे काय विचारणं झालं आई? अगं, मी तिथल्या त्या खोल नदीकडे बघत बसलो. प्रचंड खडकातून ती कशी उड्या घेतेय् ते नीट पाहिलं. त्या वेळी तिचे जे तुषार उडायचे, ते ढगांकडेच धावताहेत... इंद्रधनुष्य निर्माण करायला... असं वाटायचं. त्याच नदीत आई, एक बैल डुंबत होता. पण प्रवाहाबरोबर वाहतच गेला की गं तो! रानटी हंसांचा एक कळपही त्या नदीत पोहत होता हं. पण तो प्रवाह एका तुटलेल्या कड्याजवळ येताच तो कळप भर्रकन् आकाशातून उडायला लागला

की! तो बैल मात्र खाली कोसळला असणार... गरीब बिचारा! पण अगदी खरं सांगायचं तर, त्या एकूण प्रकारामुळे आपण अगदी खूष होऊन गेलो. मग असं मोठ्ठं वादळ उठवलं की, मोठमोठी झाडं कडाडकड उन्मळून खाली जमिनीवर कोसळली.''

''बस्स! दुसरं काहीच नाही केलंस तू?'' आईने विचारले.

''केलं तर! सॅव्हानातील केपरची झुडपं उलटीपालटी केली. रानटी घोड्यांना खूप खूप पिदवलं... नारळीची झाडं गदगदा हलवली... पण जाऊ दे ते. अशा किती म्हणून गोष्टी सांगायच्या? अन् आपल्याला माहीत असलेलं सगळंच का सांगून टाकायचं असतं? तूच सांगतेस ना!'' आणि त्यानं मग आईचा मुका घेतला. इतक्या जोरानं, इतक्या धसमुसळेपणानं की तोल जाऊन ती पडायचीच. तो होताच तसा दांडगा. आता आला दक्षिण वारा. डोक्यावर भलं मोठं पागोटं बांधलेलं होतं त्यानंही. अन् अंगाभोवती बदाऊनी झगा.

''काय गं ही थंडी!'' शेकोटीत आणखी सरपण टाकीत तो म्हणाला, ''उत्तर वारा आधीच आलेला दिसतोय.''

''थंडी?'' उत्तर वारा म्हणाला, ''कमालच आहे बुवा तुझी! इथं मला कोण उकडतंय! ध्रुवावरचं अस्वल भाजून काढता येईल या उष्णतेत, आहे माहीत?''

''तूच तर आहेस ध्रुवावरचं अस्वल.'' दक्षिण वाऱ्याने टोमणा मारला. उत्तर वारा त्याला खरमरीत उत्तर देणार होता; पण तेवढ्यात त्यांची आई कडाडली, ''काय रे, तुम्हा दोघांनाही पिंजऱ्यात बसायचंय का?''

त्याबरोबर ते दोघे गप्प बसले. मग म्हातारी दक्षिण वाऱ्याला म्हणाली, ''बस रे तिथं पलीकडं. अन् सांग काय काय केलंस ते. कुठून येतोयस आता?''

''आफ्रिकेतून.'' दक्षिण वारा उत्तरला, ''तेथे मी सिंहांच्या शिकारीच्या निघालेल्या लोकात सामील झालो. त्या प्रदेशात इतकं सुंदर गवत उगवतं आई... ऑलिव्हसारखं हिरवंगार. काळविटासारखे प्राणी तिथं नाचत होते; शहमृगानं तर धावायची शर्यतच लावली होती जणू माझ्याशी! पण माझ्यापुढे कसला टिकाव लागतो त्याचा!

''मग मी आलो वाळवंटातल्या रेताड वाळूवर. समुद्राच्या तळाशी असल्यासारखं वाटतं वाळवंटात गेल्यावर. मला एक काफिला दिसला. आपल्याजवळ राहिलेला एकुलता एक उंट त्या काफिल्यानं नुकताच मारला होता; प्यायला पाणी मिळालं नाही. त्यांच्या डोक्यावर सूर्य तळपत होता, तर पायाखाली वाळू तापलेली होती. त्या वाळवंटाला जणू शेवटच नव्हता. मी त्या मुलायम, मोकळ्या वाळूत शिरलो तेव्हा ती अशी रीतीने उधळली की, तिचा एक प्रचंड स्तंभच उभा राहिला. काय झकास नाच वाटतो तो वाळूचा!..

''त्यामुळे त्या काफिल्यातील लोकांचा जो काही गोंधळ उडाला, तो तू बघायलाच हवा होतास. अन् त्या व्यापाऱ्यानं काय लगबगीनं अंगाभोवती संरक्षक आच्छादन लपेटून घेतलं! तो माझ्यापुढं गुडघ्यावर बसला. नमाज पढताना बसावं तसा. तिथे ते सगळे पुरले गेले. त्यांच्यावर वाळूचा एक मोठा पिरॅमिड उभा राहिला. जर एखाद्या दिवशी मी तो पिरॅमिड फुंकर मारून उडवून लावला, तर त्या सर्वांची हाडं सूर्याच्या उन्हात उजळून निघतील आणि तिथून जाणाऱ्या इतर प्रवाशांना कळून चुकेल की, आपल्याही आधी त्या रस्त्यावर माणसांची पावलं

पडलेली आहेत. एरवी त्यांचा विश्वास बसायचा नाही त्यावर.''

''म्हणजे तू अगदीच दुष्टपणानं वागलास. काहीच चांगलं काम केलं नाहीस. तुला चांगलीच शिक्षा केली पाहिजे.'' त्याच्या आईने डोळे वटारून त्याच्याकडे पाहिले. कठोर स्वरात म्हटले,''चल बस त्या पिंजऱ्यात.'' क्षणार्धात तिने त्याला पिंजऱ्यात ढकलले व दार लावून घेतले. आधी दक्षिण वाऱ्याने दणादण पाय आपटले; पण मग तो गप्प झाला.

''काय भयंकर आहेत बुवा ही मुलं!'' राजपुत्रानं म्हटलं.

''हो ना.'' म्हातारी म्हणाली, ''पण माझ्या आज्ञेत राहावंच लागतं त्यांना.''

तेवढ्यात आणखी एक तरुण आत आला.

''हा माझा चौथा मुलगा.'' म्हातारी म्हणाली.

तो पूर्व वारा होता. माणसासारखाच पोषाख होता त्याला.

''हं, तर तू जगाच्या अगदी टोकापासून आलास म्हणायचं?'' आईने म्हटले,''मला वाटलं की तू नंदनवनात जाऊन आलास.''

''नंदनवनात मी उद्या जाणार आहे.'' पूर्व वारा म्हणाला, ''उद्या शंभर वर्षं पुरी होतील तिथं जाऊन आल्याला. आत्ता मी आलोय तो चीनमधून. चीनच्या बादशहाच्या राजवाड्यातल्या चिनी मातीच्या एका उंच मनोऱ्याभोवती मी खूप धिंगाणा घातला; त्यामुळे त्यावरच्या साऱ्या घंटा लागल्या घणघणायला. बादशहा त्यामुळे वैतागला. त्याला वाटलं आपल्या नोकरांनीच मुद्दाम त्या वाजवल्या. मग भर रस्त्यात आपल्या साऱ्या अधिकाऱ्यांना अगदी पहिल्या श्रेणीपासून तो नवव्या श्रेणीपर्यंतच्या साऱ्या नोकरांना वेतानं त्यानं फोडून काढलं. प्रत्येक छडीच्या

फटक्याबरोबर ते म्हणत, ''धन्यवाद! महाराज, धन्यवाद!'' पण आई, मनातनं ते बादशहाला शिव्या मोजत असणार हे निश्चित. म्हणून मी मुद्दामच जास्त जोरानं घंटा वाजवू लागलो.''

''तूही अगदी व्रात्य आहेस.'' आई म्हणाली, ''नशीब एवढंच की उद्या तू नंदनवनाला जाणार आहेस. नाहीतर तुलाही पिंजऱ्यात कोंडलं असतं. नंदनवनात जाऊन आलास की तुझ्यात सुधारणा होते थोडीथोडी, हे माहीत आहे मला. ज्ञानाच्या झऱ्यातलं भरपूर पाणी पी तिथं गेल्यावर, अन् मलाही आण एक कुपी भरून.''

''आणीन; जरूर आणीन.'' पूर्व वाऱ्याने उत्तर दिले,''पण त्या बिचाऱ्या दक्षिण वाऱ्याला तू का पिंजऱ्यात डांबून ठेवलं आहेस गं आई? येऊ दे ना त्याला बाहेर. फिनिक्स पक्ष्याबद्दलची बरीच माहिती विचारायची आहे मला. नंदनवनात मी जेव्हा जेव्हा जातो, तेव्हा तेव्हा तिथली राजकन्या माझ्यावर त्या फिनिक्स पक्ष्याबद्दलच्या प्रश्नांची सरबत्ती करते. ए आई, उघड ना गं तो पिंजरा. मग मी तुला दोन कप अगदी ताजा चहा देईन बघ.''

''बरं बाबा, सोडते मी त्याला.'' म्हातारी म्हणाली, ''तू एवढा सांगतो आहेस, अन् तसाच चहाही आणला आहेस.''

आणि तिनं पिंजऱ्याचं दार उघडलं. दक्षिण वारा बाहेर आला. पण तो फारच शरमलेला होता. एका अनोळखी मुलापुढे आपली अशी फजिती झाल्यामुळे त्याचा चेहरा उतरला होता.

''हे पाहा राजकन्येसाठी आणलेलं ताडाचं पान.'' दक्षिण वारा म्हणाला,''हे त्या

फिनिक्स पक्ष्यानं मला दिलंय... जगातल्या एकुलत्या एका फिनिक्स पक्ष्यानं. या पानावर आपल्या चोचीनं त्यानं आपला सारा जीवनवृत्तान्त लिहून काढलेला आहे. राजकन्येला वाचता येईल अशा रीतीनं.''

''काही म्हणा, पण मोठा विलक्षण पक्षी आहे हा! आपल्या घरट्यात बसून त्यानं आपल्या स्वतःच्या हातानं घरट्याला आग लावली. सती जाणाऱ्या स्त्रीप्रमाणे स्वतःला जाळून घेतलं. घरट्याच्या सुक्या काड्या कशा कचाकच जळत होत्या. पण त्या जळत्या घरट्यापासून निघालेला सुमधुर वास कसा देहभान हरपून टाकत होता. शेवटी सगळं जळून खाक झालं. त्या फिनिक्सची राख तेवढी उरली. पण त्या आगीत त्याचं अंडं तेवढं लालबुंद होऊन पडलं होतं. मोठा आवाज करीत ते फुटलं आणि त्यातून नवा फिनिक्स बाहेर पडला. तो आता साऱ्या पक्ष्यांचा राजा झाला आहे. त्यानंही या पानावर आपल्या चोचीनं एक छिद्र पाडलं आहे. राजकन्येचं शुभचिंतन करण्यासाठी.''

''ए, बस्स झाल्या आता तुमच्या गप्पा! चला, आता जेवून घ्या.'' वाऱ्यांची आई म्हणाली. मग सारे जण बसले भाजलेलं काळवीट खायला. राजपुत्रानं पूर्व वाऱ्याच्या शेजारची जागा पटकावली. थोड्याच वेळात त्या दोघांची चांगलीच गट्टी जमली. ''काय हो पूर्व महाराज, आता तुम्ही लोक बोलत होता ते कुठल्या राजकन्येबद्दल?''

राजपुत्राने संधी साधून पूर्व वाऱ्याला विचारले, ''अन् नंदनवन नंदनवन म्हणताय ते आहे तरी कुठे?''

''म्हणजे तू ऐकत होतास वाटतं आमचं बोलणं?'' हसत हसत पूर्व वाऱ्यानं म्हटलं, ''चलायचंय का तुला तिथं? मग ये माझ्याबरोबर उद्या. हो, पण एक लक्षात ठेव- आदम आणि इव्ह यांच्यानंतर अजून कुणा माणसानं पाऊल ठेवलेलं नाही तिथं. तू वाचलंस असशील म्हणा.''

''हो वाचलंय ना.''

''आदम आणि इव्ह यांच्या हकालपट्टीनंतर नंदनवन खचलं, पृथ्वी खाली आली. पण त्याचं सौंदर्य, त्याची सुखद हवा आणि त्याचा उबदार प्रकाश हे सारं कायमच राहिलेलं आहे. सध्या पऱ्यांच्या राणीनं त्या नंदनवनाला आपलं निवासस्थान बनवलं आहे. तिथंच सौख्यद्वीपही आहे. त्या सौख्यद्वीपात मृत्यूला प्रवेश मिळत नाही. जीवन तिथं सगळ्यात सुंदर असतं. जर तू उद्या माझ्या पाठीवर बसलास, तर मी तुला तिथं घेऊन जाईन. तुला नंदनवनात शिरायला अडचण येणार नाही असं मला वाटलं. पण आता मात्र फार बोलू नकोस. माझे डोळे अगदी जड झाले आहेत बघ आता.''

आणि ते दोघे झोपी गेले.

दुसऱ्या दिवशी सकाळी राजपुत्राला जाग आली तेव्हा त्याच्या आश्चर्याला पारावर राहिला नाही. कारण तो चक्क ढगांवरून चालला होता, पूर्व वाऱ्याच्या पाठीवर स्वार होऊन! पूर्व वाऱ्याने त्याला घट्ट पकडून ठेवले होते.

तो इतक्या उंचीवरून चालला होता की जंगले आणि पठारे, नद्या आणि समुद्र हे एखाद्या मोठ्या लखलखणाऱ्या नकाशाप्रमाणे दिसत होते.

"काय, झाली का झोप?" पूर्व वाऱ्याने त्याच वेळी राजपुत्राला विचारले. "आणखीन थोडी झोप काढायची असेल तर झोपून घे. कारण फारसे प्रेक्षणीय असे काही नाहीय आत्ता खाली. तुला जर देवळांचे कळस मोजायचे असतील तर ती गोष्ट वेगळी. हिरव्या फळ्यावर खडूच्या कांड्या उभ्या कराव्यात तशी दिसताहेत ती." पूर्व वारा ज्याला हिरवा फळा म्हणत होता ती होती हिरवी शेते.

"तुमच्या आईचा अन् बंधूंचा निरोप न घेताच मी निघालो ही चूकच झाली माझी, नाही? शिष्टाचाराला धरून नाही झाले ते." राजपुत्र आपल्याच नादात म्हणाला.

"त्याचं काय एवढं मनावर घेतोस? तू झोपेत तर होतास."

आता ते अधिकच वेगाने उडू लागले होते. समुद्रातून चाललेली जहाजे पाण्यात पोहणाऱ्या हंसाप्रमाणे दिसत होती.

संध्याकाळ झाली. सगळीकडे काळोख पसरू लागला, तेव्हा मात्र मोठमोठ्या शहरांच्या रूपाला खरा बहर आला. जिकडे तिकडे दिवे चमचमत होते; जळक्या कागदावर उडणाऱ्या ठिणग्यांप्रमाणे एकापाठोपाठ एक नाहीसे होत होते; आणि शेवटी काळोखात बुडून जात होते.

राजपुत्र ते पाहून टाळ्या वाजवू लागला. पण पूर्व वाऱ्याने त्याला गप्प राहण्याची सूचना दिली आणि घट्ट धरून ठेव म्हणून बजावले. "नाहीतर कोसळशील खाली

आणि लोंबकळत राहशील एखाद्या चर्चच्या टोकावरून.''

अंधारात बुडालेल्या जंगलावरून सहजतेने गरुड पक्षी उडत होता, त्यापेक्षाही वेगाने पण सहजतेने पूर्व वारा चालला होता. आता तू हिमालय बघू शकशील.'' पूर्व वारा म्हणाला, ''अन् त्याचं सर्वांत उंच शिखर एव्हरेस्टही. जगात एवढं उंच शिखर दुसरं नाही, बरं का. आणि आता थोड्याच वेळात आपण नंदनवनात जाऊन पोहोचू.''

असे म्हणून तो दक्षिणेकडे वळला. रंगीबेरंगी फुलांचा अन् खमंग मसाल्यांचा सुवास त्यांच्याभोवती दरवळू लागला. अंजीर आणि डाळिंबांच्या वृक्षांची बेसुमार वाढहोत होती. द्राक्षांच्या मळ्यात लाल नि काळ्या द्राक्षांचे घोस लटकत होते. तेथे ते उतरले आणि मऊ लुसलुशीत गवतावर पूर्व वाऱ्याने ताणून दिले. फुलांचे ताटवे वाऱ्यांच्या झुळकीबरोबर डुलू लागले. जणू ते माना डोलवून म्हणत होते, '' या वायू महाराज! या, तुमचे स्वागत असो.''

''आलं का नंदनवन?'' राजपुत्राने विचारले.

''नाही. अजून अवकाश आहे तेथे पोहोचायला.'' पूर्व वाऱ्याने म्हटले, ''त्या कोपऱ्यात पाहिलंस का? त्या खडकाच्या जवळ असलेली ती गुहा तिच्या तोंडाशी द्राक्षवेलींचा हिरवा पडदाच सुटला आहे म्हणेनास का. आपल्याला त्या गुहेतून जायचं आहे. तुझा तो झगा अंगाभोवती नीट लपेटून घे. इथं सूर्य तळपतो आहे, पण गुहेत

पाऊल ठेवायचाच अवकाश, की थंडीनं हुडहुडी भरेल. त्या गुहेतून आत शिरणाऱ्या पक्ष्यांचा एक पंख असतो हिवाळ्यासारखा गार, अन् दुसरा पंख असतो उन्हाळ्यासारखा उष्ण.''

''म्हणजे हा नंदनवनाचा रस्ता आहे तर!'' राजपुत्राने म्हटले.

ते मग गुहेत शिरले. खरेच, अंग गोठवून टाकील अशी कडक थंडी होती तिथे. पूर्व वाऱ्याने आपले पंख पसरले. एखाद्या धगधगत्या ज्वालेप्रमाणे ते चमकू लागले. त्याबरोबर थंडी कुठल्या कुठे पळून गेली. मग राजपुत्राने गुहेच्या आतल्या भागाकडे निरखून बघितले. काय भयाण वाटत होती ती! निरनिराळ्या आकारांच्या अजस्र शिळा त्यांच्या डोक्यावर लटकत होत्या; अन् त्यातून पाणी निथळत होते.

ते जसजसे आत गेले तसतशी गुहा निमुळती होत गेली. शेवटी तर त्यांना हातपाय जमिनीवर टेकून रांगत रांगत चालणे भाग पडले.

'नंदनवनाकडे जाणारी ही वाट निश्चितच मृत्यूच्या राज्यातून जात असली पाहिजे' - राजपुत्राच्या मनात विचार आला. त्याने तो बोलूनही दाखविला. पण पूर्व वाऱ्याने एक शब्दही न उच्चारता समोर बोट दाखविले.

तेथून निळसर नेत्रदीपक प्रकाश त्यांच्या दिशेने फाकत होता. त्यांच्या डोक्यावरचे ते अजस्र खडक अंधूक अंधूक होत जात होते. आणि अखेर तर चांदण्या रात्री आकाशात विहरणाऱ्या धवलशुभ्र ढगांप्रमाणे दिसू लागले होते. आता हवाही मोठी छान होती. प्रसन्न, उत्साहवर्धक. तिथून एक नदी वाहत होती. स्फटिकाप्रमाणे निर्मळ होती ती. सोनेरी-रूपेरी मासे पोहत होते तिच्यात. अंजिरी रंगाचे मत्स्यसर्प पाण्याखालून जाता-येता निळसर ठिणग्या बाहेर सोडत होते. आणि पाण्यातील

लिलीच्या फुलाची प्रशस्त पाने इंद्रधनुष्याच्या सगळ्या रंगांनिशी चमचमत होती. खुद्द लिलीचं फूल तर दिसत होतं झगमगत्या पिवळसर ज्योतीप्रमाणे.

त्या नदीच्या पलीकडे होतं नंदनवनातील सौख्य द्वीप. त्याच्याकडे नेण्यासाठी नदीवर एक संगमरवरी पूल होता, मोत्याप्रमाणे चकाकणारा, नाजूक नखरेल.

पूर्व वाऱ्याने राजपुत्राला आपल्या हातांवर घेतले आणि पूल पार केला. फुले नि पाने त्या वेळी गोड गोड गाणी म्हणत होती, त्यांच्या बालपणाबद्दल. तसा गोड आवाज मानवी कंठातून कधी निघणार नाही.

तेथील ती झाडे ताडाची होती की अन्य कुठल्या प्रकारची, याचा उलगडा राजपुत्राला होईना. पण ती इतकी अवाढव्य आणि चैतन्यानं रसरसलेली होती की, पृथ्वीवर क्वचितच पाहायला मिळतील. त्या झाडांवरून लांबलचक हारांप्रमाणे लटकत होत्या रंगीबेरंगी वेली. प्राचीन काळच्या धार्मिक ग्रंथात प्रत्येक पानाभोवती सोनेरी नि आकर्षक रंगात अक्षरांच्या वेलबुट्टी असत ना, त्यासारख्या. पक्षी, फुले आणि वेलबुट्टी यांचे मोठे विचित्र मिश्रण तेथे पाहायला मिळे.

जवळच हिरवळीवर मोर आपले भव्य शतरंगी पिसारे फुलारून नाचत होते. इतके छान दिसत होते ते, की त्या मोरपिसांना स्पर्श करण्याचा मोह राजपुत्राला आवरेना. जवळ जाऊन त्याने स्पर्श केला, आणि त्याला धक्काच बसला. मोर कसले, ती तर झाडेच होती. रमणीय पिसाऱ्यासारखी दिसत होती ती.

वाघ आणि सिंह सुवासिक, हिरवाईवरून उड्या मारत होते. कबूतरासारखा पक्षी आपले पंख सिंहाच्या आयाळीशी घासत होता. तिथेच एक भित्रे हरीण उभे होते. मलाही

खेळायचे आहे, असे सुचविण्यासाठी जणू ते मान हलवत होते.

आणि मग आली नंदनवनातील परी. तिचे कपडे उषःकालीन पूर्वेप्रमाणे लखलखत होते. आपल्या तान्ह्याला उराशी घट्ट धरल्यावर तृप्त झालेल्या आईच्या चेहऱ्यावर जी धन्यता ओसंडून वाहते, तीच तिच्याही चेहऱ्यावर फुललेली होती. ती अगदी तरुण, नाजूक, खूप सुंदर होती. तिच्या पाठोपाठ आकर्षक दिसणाऱ्या दासींचा थवा होता. त्या प्रत्येक दासीच्या केशकलापातून चकाकत होता एकेक तारा.

केशकलापातून चकाकत होता एकेक तारा. पूर्व वाऱ्याने तिला फिनिक्स पक्ष्याने दिलेले ते पान अर्पण केले; त्याकडे लक्ष जाताच तिचे डोळे आनंदाने लकाकले.

राजपुत्राचा हात धरून तिने त्याला आपल्या महालात नेले. तिच्या महालाच्या भिंतींचा रंग सूर्यप्रकाशात न्हाऊन निघालेल्या विलोभनीय ट्युलिप फुलांसारखा होता. त्या महालाचा घुमटही होता एका प्रचंड फुलाचा. जितके जास्त पाहावे तितका तो घुमट उंच उंच दिसे. एका खिडकीशी उभे राहून राजपुत्राने बाहेर नजर फेकली. त्याला ज्ञानवृक्ष दिसला. सर्पाने वेढलेला. एवढेच नव्हे तर आदम आणि इव्ह हे दोघेही त्याच्याजवळ उभे होते.

''म्हणजे या दोघांना हाकून दिलेले नव्हते की काय?'' राजपुत्राने परीला विचारले.

परी गोडशी हसली. तिने खुलासा केला की, ''त्या प्रत्येक तावदानावर काळाने आपली प्रतिमा उमटवलेली होती.'' पण त्यांना प्रतिमा तरी कशाला म्हणायचे? प्रत्यक्ष जीवनच होते की ते. आरशात आपली प्रतिमा दिसते ना, तशीच म्हणा ना. पण आरशातील प्रतिमा हा केवळ भास असतो. तोही तेवढ्यापुरता. या तावदानावरच्या

प्रतिमांचे वैशिष्ट्य हे, की त्यातील झाडांची पाने हलत. माणसे येत नि जात. जिवंत, हालतीबोलती चित्रेच म्हणाना ती! त्याने दुसऱ्या तावदानातून पाहिले. त्यावर जेकबचे स्वप्न त्याला दिसले. स्वर्गाला जाऊन भिडणारी शिडी आणि आपले विचार विशाल पंख फडफडवित तिच्यावर चढणारे-उतरणारे देवदूत. हो जगात घडणारी प्रत्येक घटना या तावदानातून हुबेहूब प्रतिबिंबित होत होती. कायम राहत होती. एक काळच काय तो अशी अगाध करणी करू जाणे!

मंद मंद हसत परीने राजपुत्राला उंचावरच्या एका भव्य दिवाणखान्यात नेले. त्याच्या भिंती पारदर्शक चित्रांनी भरलेल्या होत्या. एकापेक्षा एक रमणीय चेहरे. लक्षावधी पुण्यवान आत्मे होते ते. हसणारे, गाणारे. त्यांपैकी सर्वांत वरच्या रांगेत होते ते इतके लहान होते, की गुलाबाची छोटीशी कळीही मोठी वाटावी. कुंचल्याच्या एका फटकाऱ्यात काढता आले असते ते कागदावर. त्या दिवाणखान्याच्या मध्यभागी होता एक प्रचंड डेरेदार वृक्ष. त्याच्या बहरलेल्या फांद्यांवरून लटकत होती सोन्याची सफरचंदे- वेगवेगळ्या आकाराची. हाच तो प्रसिद्ध ज्ञानवृक्ष. त्याचीच फळे आदम आणि इव्ह यांनी खाल्ली होती. त्याच्या प्रत्येक पानावरून दंवाचा लालभडक थेंब टपटपत होता. जणू त्याच्या डोळ्यांतून रक्ताची आसवे ओघळत होती.

“चल, आपण आता बोटीत बसू.” परी म्हणाली, “पाहा तर कशी मजा येते ती! उधाणलेल्या लाटांवर ती सारखी वर-खाली हेलकावे खातेय् असे आपल्याला वाटते; पण खरं म्हटलं ती स्थिर असते. अन् तरीही जगातले सारे देश क्रमाक्रमाने आपल्यासमोर येतील अन् जातील.”

समुद्रकिनारा मंद गतीनं सरकत सरकत आपल्या डोळ्यांसमोरून जात आहे, हा अनुभव काहीसा अद्‌भुतच होता. पहिल्यांदाच समोर आला तो आल्प्स पर्वत. हिमाच्छादित. फर वृक्षांच्या राईने बहरलेला. कर्ण्यातून बाहेर पडलेल्या उदास गंभीर स्वरांनी नि खालच्या दरीत टोळीवाल्यांच्या चाललेल्या स्वच्छंद नाचगाण्यांनी व्यापून टाकलेला.

तेवढ्यात विशाल वटवृक्षाच्या लोंबकळणाऱ्या पारंब्या बोटीशी लगट करू लागल्या. राजपुत्रानं पाहिलं तर अनेक चमत्कारिक प्राण्यांनी अन् चित्रविचित्र फुलांनी समोरचा किनारा भरून गेलेला होता. काळ्या रंगाच्या हंसांचा संथपणे जलविहार चालला होता.

'हा तर हॉलंड देश.' राजपुत्राने मनाशी म्हटले, 'उंच, निळसर आल्प्सच्या पुढचा.'

त्या पाठोपाठ आले ते ढगांना भिडू पाहणारे इजिप्तमधले पिरॅमिड्स, उन्मळून पडलेले स्तंभ आणि स्पिंक्स.

उत्तरेकडील बर्फाळ पर्वतश्रेणी मग दीपमालिकांनी उजळून निघाली. माणसाच्या आवाक्याबाहेरची होती ती आतषबाजी.

अवर्णनीय आनंदाने राजपुत्राचे पोट भरले. मुद्रेवर प्रसन्नपणे खुलले. त्याच्या समोरून अशी हजारो नयनरम्य दृश्ये जात राहिली. वर्णन तरी कितीकांचे करायचे?

"मला इथे कायमचे राहता येईल का?" राजपुत्राने विचारले.

"ते आहे तुझ्यावर अवलंबून." परीने उत्तर दिले, "आदमप्रमाणे तू जर इथे निषिद्ध असलेलं एखादं कृत्य करायचा प्रयत्न केलास तर त्या क्षणी तुला इथून हद्दपार केलं जाईल.

पण जर सगळ्या आज्ञांचं यथोयोग्य पालन केलंस तर तू इथं कायमचा राहू शकशील."

"मी नाही ज्ञानवृक्षाच्या सफरचंदाला स्पर्श करणार, मग तर झालं?" राजपुत्र म्हणाला, "त्यासरशी छान छान फळं इथं शेकड्यानं आहेत की दुसरी!"

''आपल्या कुवतीचा नीट अंदाज घे.'' परीने बजावले. ''आपण कमकुवत आहो असे वाटत असेल तर पूर्व वाऱ्याबरोबर परत जा कसा. तो थोड्याच वेळात जायला निघेल. एकदा गेला की पुन्हा शंभर वर्षं परत येणं होणार नाही. ही शंभर वर्षं इथं शंभर तासांसारखी चुटकीसरशी जातील हे माहीत आहे मला; पण मोह पाडायला अन् पापाला प्रवृत्त व्हायला एवढा काळ काही कमी नाही.''

'मोह आणि पाप' दोन शब्द वेगवेगळ्या आकारांत, वेगवेगळ्या दिशांनी आपल्यावर आदळताहेत असे राजपुत्राला वाटले. पण परीचे बोलणे संपलेले नव्हते अजून.

ती म्हणत होती- 'दररोज संध्याकाळी तुझा निरोप घेताना मी तुला 'माझ्याबरोबर चल ना' असे आळवीन. तू यावेस म्हणून तुला खुणावेन; पण माझ्या त्या आळवणीला त्या खुणावण्याला भुलू नकोस. माझ्याबरोबर येण्याचा प्रयत्न चुकूनही कधी करू नकोस. लक्षात ठेव. पावलापावलाला मोह वाढत जाईल. माझ्याबरोबर तूही येशील दिवाणखान्यात. ज्ञानवृक्षाजवळ. मी त्याच्या गर्द सुगंधी फांद्यांच्या सावलीत जाऊन झोपेन. तू माझ्याजवळ येऊन उभा राहशील; पण दक्षता घे. जर का मला स्पर्श केलास तर हे नंदनवन खचून पृथ्वीच्याही खाली जाईल. आणि आदम - इव्हप्रमाणेच तुलाही ते पारखं होईल. वाळवटांतले तीक्ष्ण वारे मग तुझ्याभोवती

घोंगावतील; पावसाचे थंडगार थेंब तुझ्या केसातून ओघळतील. चिंता आणि यातना-क्लेश यांचा वारसा मग तुला वाहावा लागेल.''

''मी इथेच राहीन.'' राजपुत्र म्हणाला. परीच्या त्या सगळ्या बोलण्याकडे त्याचे लक्ष होते की नाही कुणास ठाऊक! मग पूर्व वाऱ्याने त्याचा निरोप घेतला.

''जपून राहा. हिंमत बाळग. कुठल्याही मोहाला बळी पडू नकोस. शंभर वर्षांनी पुन्हा परत आलो म्हणजे आपली भेट होईलच.'' त्याच्या कपाळाचे पूर्व वाऱ्याने चुंबन घेतले. ''येतो मी'' असे म्हणून त्याने आपले पंख पसरले.

''येतो मी, येतो मी.'' आजूबाजूला झाडांफुलांतून प्रतिध्वनी उमटला. बगळे आणि पाणकोळी पूर्व वाऱ्याच्या पाठोपाठ उडाले सीमेपर्यंत त्याची सोबत करायला. लांब फितीसारखे दिसत होते ते.

''चल, आपण आता नृत्य करू.'' परी म्हणाली, ''थोड्या वेळात सूर्य मावळेल. नाचता नाचताच मी तुला खूण करीन; 'चल ना माझ्याबरोबर' म्हणेन. पण याद राख. माझ्यामागे येऊ नकोस.''

जरासे थांबून ती पुन्हा त्याला बजावू लागली, ''हे असे दररोज संध्याकाळी

चालणार आहे. शंभर वर्षे. दररोज तुला खुणवावं लागणार, बोलवावं लागणार. दर दिवशी तुझं सामर्थ्य वाढेल; आणि शेवटी तर असा दिवस येईल की माझ्यामागे येण्याचा विचारही तुझ्या मनात शिवणार नाही. आजची संध्याकाळ ही त्यातली पहिली. बघ. तुला बजावून ताकीद दिलीय हं मी.''

त्या परीने त्यानंतर त्याला नेले नृत्यगृहात. लिलीच्या पारदर्शक फुलांनी ते सजवलेले होते. त्यांच्या पिवळ्या केसरांच्याच वीणा बनविलेल्या होत्या. सोनेरी, छोट्या. ते केसर एकमेकांवर आणि पाकळ्यांवर अलगद आघात करीत तेव्हा त्यातून मोठे मंजूळ स्वर बाहेर पडत.

सूर्य मावळतीकडे कलला. सगळे आभाळ सोनेरी पिवळ्या... तांबूस रंगांनी झिंगले. लिलीची फुले त्यात चमकू लागली. त्या नृत्यगृहाची पार्श्वभूमी राजपुत्रापुढे खुली झाली. तिथेच तो ज्ञानवृक्ष होता. आपल्या वैभवाने डोळे दिपणारा, संगीताचे मधुर, वात्सल्यपूर्ण स्वर तरंगू लागले. त्याच्या आईच्या प्रेमळ सुराप्रमाणे. ते सूर जणू सांगत होते.

''ये माझ्या लाडक्या, ये माझ्या बाळा.''

परीने मग त्याला मोहक मुद्रेने खुणावले. त्यापाठोपाठ तिने मारलेली हाकही त्याला ऐकू आली. ''चल ना माझ्याबरोबर, चल ना!'' आणि तो तिच्याकडे धावला.

पहिला दिवस असूनही, परीच्या इशाऱ्याची याद त्याला राहिली नाही.

आपण दिलेल्या वचनाची स्मृती त्याला राहिली नाही.

आसमन्तातला सुवास- मंत्रमुग्ध करून टाकणारा सुवास- अधिकच तीव्र झाला. विजेच्या झंकारात अधिकच माधुर्य आले. ज्ञानवृक्षांच्या त्या दिवाणखान्यातून लक्षावधी हसरे मुखडे आकर्षकपणे हसून आपल्याला बोलावत आहेत, असे त्याला वाटले. "चल ये. आपल्याला या विश्वातली प्रत्येक गोष्ट कळली पाहिजे. माणूस हा तर पृथ्वीचा शास्ता. त्याला अज्ञात असे काहीही राहता कामा नये. ये! चाख ज्ञानवृक्षाची फळे!"

त्याने ज्ञानवृक्षाकडे पाहिले. त्याच्या पानापानांतून आता लालभडक रक्ताची आसवे नव्हती ओघळत. त्यांची जागा घेतली होती आता लुकलुकणाऱ्या तेजस्वी ताऱ्यांनी. निदान त्याला तरी तसे वाटले.

"चल ना माझ्याबरोबर! चल ना माझ्याबरोबर!" हे शब्द त्याला थरारून टाकत होते. परीने त्या ज्ञानवृक्षाच्या फांद्या बाजूला सारल्या. दुसऱ्याच क्षणी ती त्या फांद्यांच्या गर्दीत मिसळून गेली. दिसेनाशी झाली.

"अजूनपावेतो मी पाप केलेलं नाही." राजपुत्र म्हणाला, "आणि यापुढेही करणार नाही."

आणि त्याने ज्ञानवृक्षाच्या फांद्या दूर सारल्या. आत पाहिले. ती परी झोपलेली होती. नंदनवनातल्या परीला साजेसे तिचे ते असामान्य लावण्य. झोपेतच ती मुग्धपणे हसत होती.

तो तिच्याजवळ गेला. तिच्या चेहऱ्याकडे त्याने बघितले. तिच्या पापण्यांमागे आसवांची थरथर त्याला जाणवली.

"माझ्यासाठी का हे अश्रू तुझ्या डोळ्यात? माझ्या-माझ्यासाठी? नको, नको, नको अश्रू ढाळूस तू अशी." आणि त्याने तिच्या डोळ्यांतले आसू हळुवारपणे पुसले.

तोच प्रचंड गडगडाट झाला. त्याने आजवर कधी ऐकला नव्हता इतका प्रचंड. सगळ्या वस्तू सैरवैरा धावत येत आहेत, एकमेकांवर आदळत आहेत, एकमेकांत मिसळत आहेत, असे काहीसे त्याला वाटले. ती लावण्यवती परी अदृश्य झाली होती. ते वैभवशाली नंदनवन खचत चालले. खोल खोल. रात्रीच्या काळोखात ते बुडत चालल्याचे राजपुत्राने पाहिले. लुकलुकणाऱ्या ताऱ्याप्रमाणे ते दूर दूर गेलेले त्याला दिसले. भयानक थंडीने त्याचे गात्र न् गात्र आखडले. त्याचे डोळे मिटले. काही वेळपर्यंत तो तिथेच निपचित पडून राहिला.

राजपुत्र भानावर आला तेव्हा पावसाच्या धारा चेहऱ्यावर जोराने आदळत होत्या. झंझावती वारा त्याच्या कपाळाला झोंबत होता.

"अरे देवा!, हे असे झाले तरी कसे? हे काय केले मी?" तो म्हणाला, "आदमप्रमाणे मीही पाप केले. मी पाप केले आणि नंदनवन खचले. पृथ्वीच्याही खाली गेले."

त्याने डोळे उघडले. दूर अंतरावर त्याला एक चांदणी दिसली. चमचमणारी. त्याने गमावलेल्या नंदनवनासारखी. स्वर्गातील प्रभातकाळची चांदणी होती ती.

तो उठून ताठ उभा राहिला. आपण एका जंगलात आहोत असे त्याला आढळून आले. वाऱ्यांचे निवासस्थान जवळच होते. तेथील म्हातारी त्याच्याजवळच बसलेली होती. फारच रागावलेली दिसत होती. ती आपला हात वर उचलून तिने म्हटले, ''अगदी पहिल्याच वेळी मला वाटलंच होतं तसं. तू जर माझा मुलगा असतास तर तुला पिंजऱ्यात कोंडून ठेवलं असतं कायमचं.''

''पिंजऱ्यात त्याला जावं लागणार नाही कदाचित.'' मृत्युदेव म्हणाला. चांगला धिप्पाड म्हातारा होता तो, हातात विळा घेतलेला. दोन पंखही होते त्याला काळे.

''त्याला एक शवपेटीत ठेवले जाईल. पण आताच नाही. अजून त्याला या पृथ्वीवरच राहू दे. तो सुधारेल; चांगलाही होईल. त्याच्या ध्यानीमनीही नसेल अशा एखाद्या दिवशी मी येईन. त्याला काळ्या शवपेटीत ठेवून घेऊन जाईन.

''त्यावेळीही त्याच्या डोक्यात नि मनात पाप वासनाच वळवळत असतील, तर तो खचलेल्या नंदनवनापेक्षाही जास्त खाली जाईल. पण त्या वेळी तो सच्छील असेल, आचारविचाराने शुद्ध असेल तर त्याची ती शवपेटी मी माझ्या स्वतःच्या डोक्यावर घेईन आणि आभाळातल्या ताऱ्यांच्याही पलीकडे त्याला नेईन. तिथेदेखील नंदनवन बहरलेले आहे. तो त्या नंदनवनात प्रवेश करील. आणि ताऱ्याच्या रूपाने तिथे लखलखत राहील. अनंत काळापर्यंत.''

झिपऱ्या आणि रत्नी

कसे कुणास ठाऊक; पण त्या दिवशी सकाळी खुराड्याचे दार हुसेनमियाच्या हातून उघडेच राहून गेले होते. आता महाबळेश्वरसारखे थंड हवेचे ठिकाण, तशात नवलपूर संस्थानच्या राजेसाहेबांचा तेथील भव्य बंगला. शेकडो कोंबडा-कोंबड्यांनी भरलेले त्या बंगल्यातील खुराडे आणि त्या खुराड्याची व्यवस्था पाहणारा हुसेनमिया तर अत्यंत दक्ष म्हणून प्रसिद्ध! काम चोखपणे अन् सावधपणे करावे ते हुसेनमियानेच. त्याची शिस्त खुराड्यातल्या कोंबड्यांच्याही अगदी अंगवळणी पडलेली होती. अशा परिस्थितीत दार उघडे राहील, असे कोणा कोंबड्याला स्वप्नातही वाटले नसते. म्हणून कुणाचेच दाराकडे लक्ष नव्हते. जो तो आपला दाणे टिपण्यात मग्न होता.

पण झिपऱ्याची नजर दाराकडे गेलीच. झिपऱ्या हा हुसेनचा अगदी मर्जीतला कोंबडा होता. हुसेनचा एक चलाख कुत्रा होता. त्याचंही नाव झिपऱ्याच होते. पण तो एका गोऱ्या साहेबाची गोळी लागून मेला. हुसेनला वाईट वाटले. त्याच वेळी हा नवा गिर्रेबाज कोंबडा त्याच्या पाहण्यात आला. मोठा डौलदार दिसायचा तो! कलिंगडाच्या

लालभडक लुसलुशीत गरासारखा त्याचा तो तुरा, काटा काढायच्या चिमट्यासारखी अणकुचीदार चोंच, किरमिजी रंगाच्या मनमोहक छटांनी फुललेला भरगच्च पिसारा या सगळ्याकडे पाहिल्यावर हुसेनने त्याला खुशीने कुरवाळले. जेव्हा जेव्हा त्या कोंबड्याकडे बघायचा, तेव्हा तेव्हा त्याला आपल्या झिपऱ्या कुत्र्याची आठवण यायची. म्हणून शेवटी त्याने या कोंबड्याला झिपऱ्या हे नावच देऊन टाकले. नवलपूरच्या राजेसाहेबांच्या बादशाही खुराड्यात आल्यावर तेथील सुंदर कोंबड्याही झिपऱ्याभोवती पिंगा घालू लागल्या, त्याच्याशी लाडेलाडे बोलू लागल्या. सगळ्यांना वाटायचे की, झिपऱ्याशी आपले लग्न व्हावे. पण झिपऱ्याने त्यांच्याकडे लक्षही दिले नाही. हुसेनच्या लक्षात ते आले. मग त्याने एक झकास कोंबडी आणली. ती मात्र झिपऱ्याला पसंत पडली. तिचे नाव त्याने रत्नी ठेवले अन् तिच्याशी लग्नही लावून टाकले. झिपऱ्याची ती खूपच काळजी घ्यायची. त्यामुळे ती जिवापाड आवडायची.

पण रत्नी भांडखोर होती. झिपऱ्याशी लहानसहान गोष्टीवरही वाद घालायला तिला मजा वाटायची. शेवटी सरशी तिचीच व्हायची. पण झिपऱ्याला त्याचे काही वाटायचे नाही. "चालायचंच! बायकांची जात अशी बोलभांड असायचीच" असे म्हणून तो गप्प बसायचा. पण तोही वस्ताद होता. संधी सापडेल तेव्हा रत्नीला टोमणे हाणायला कमी करायचा नाही.

पण ते राहू द्या. तर मी सांगत होतो ते हे की, झिपऱ्याचे लक्ष त्या उघड्या दाराकडे

गेलेच. त्याबरोबर त्याला आनंद झाला. टाळ्या वाजवाव्यात, पायाने जमीन जोरजोराने उकरावी, मध्येच जाऊन रत्नीला गुदगुल्या कराव्यात, उड्या माराव्यात असे त्याला वाटू लागले. पण त्याने तसे काहीच केले नाही. अगदी सावकाश सावकाश तो रत्नीकडे गेला. इतर कुणाला ऐकू जाणार नाही अशा बेताने रत्नीला म्हणाला,

‘‘अगं ए, जरा ऐकणार आहेस का...?’’

पण आपण असे विचारायला नको होते, हे ताबडतोब त्याच्या लक्षात आले. कारण, रत्नीने गडगडाट केलाच.

‘‘मी काय कान झाकून घेतलेत की काय न ऐकायला?’’

तिला एखादे खरमरीत उत्तर द्यावे अशी झिपऱ्याला जोराची उबळ आली; पण त्याने ती दाबून धरली. नाहीतर साराच कार्यभाग फिसकटायचा! नशीब, तिच्या बोलण्याकडे कुणाचे लक्ष गेले नाही. तेव्हा झिपऱ्यानेही जणू काहीच झाले नाही अशा सुरात म्हटले, ‘‘हे बघा बाईसाहेब, आज नामी संधी आली आहे. स्ट्रॉबेरी खायची तुझी इच्छा आहे ना? आज ती पुरी व्हायचा योग आला आहे.’’

‘‘खरंच का बाई! कुठंय हो स्ट्रॉबेरी..? किती दिवस झाले! आपल्या लग्नाआधी

मी त्या डांग्याच्या मळ्यात राहत होते ना.. हं, तोच तो तळ्याखालचा मळा– तेव्हा खाल्ली होती स्ट्रॉबेरी. हा म्हणे राजवाडा! पण आल्यापासून कधी एक स्ट्रॉबेरी मिळाली असेल तर शपथ! त्यापेक्षा तो मळा बरा! नाही का हो...?''

त्या प्रश्नाने झिपऱ्याला बरे वाटले. कारण रत्नी एकदा बोलायला लागली की कधी थांबेल याची शाश्वती नसायची. आणि मध्येच तिला अडवण्याचे धाडस त्याला कधी जमले नाही. तेव्हा तिने विचारलेल्या या प्रश्नाचा फायदा घेऊन तो म्हणाला, ''खरंच तर! पण आता झटपट आवर. इतर कुणाच्या लक्षात यायच्या आधी आपल्याला बाहेर पडलं पाहिजे. त्या दाराकडे बघ. हुसेनमिया कसा विसरला ते बंद करायला कुणास ठाऊक! इतर कोंबड्यांच्या अजून ते लक्षात आलेले नाही. तेव्हा कुणाच्या नकळत आपण बाहेर पडलं पाहिजे. समोर ती बाग आहे ना, तिथं आहेत स्ट्रॉबेरीची रोपटी. तिथं आपल्याला जायचंय. मी पुढं होतो, तू मागून ये. वेळ दवडू नको. चल.''

झिपऱ्याचे इतके लांबलचक बोलणे रत्नीने पहिल्यांदाच ऐकून घेतले असेल. झिपऱ्याला त्यामुळे नाही म्हटले तरी बरे वाटले. म्हणूनच ''बाईसाहेब, आपला नट्टापट्टा आजच्या दिवसात संपणार का?'' असा तिला चिमटा काढायचा विचार त्याने झटकून टाकला. तो दाणे टिपीत टिपीत दाराकडे जाऊ लागला. रत्नीही पाठीमागून येऊ लागली. दाराबाहेर पडल्यावर दोघेही तुरूतुरू पळू लागले. सकाळची वेळ. सूर्याचे कोवळे ऊन. प्रसन्न वातावरण. भिरभिरणारा वारा. मंद हलणारी

जांभळाची झाडे, त्यावरच्या पक्ष्यांची किलबिल, सळसळणारी पाने, नुकतेच पाणी दिल्याने टवटवलेली झुडपे, त्यावरील रंगीत फुले, त्यांचे ते मंद-मधुर सुवास... वा! काय मजा आहे या जगात! रत्नी खुलली. तिचे पीस न् पीस ताठरले. झिपऱ्याचा तुरा अधिकच डौलदार दिसू लागला. रत्नी पिसांशी चोचीने खेळू लागली. त्याच्या अंगाशी अंग घासू लागली. पण झिपऱ्याचे सारे लक्ष स्ट्रॉबेरीकडे होते. एक लालबुंद टपोरी स्ट्रॉबेरी त्याने नेमकी टिपली. ''आहा! कित्ती छान आहे!''

''बघू बघू.'' रत्नीने म्हटले अन् आपल्या चोंचीतली ती स्ट्रॉबेरी कधी गेली ते झिपऱ्याला कळलेही नाही. दोघेही मग मनमुराद हसले. झिपऱ्याचे लक्ष आजू-बाजूलाही होतेच. माळी जवळपास कुठे नव्हता. त्यामुळे दोघांनीही स्ट्रॉबेरीवर हल्ला चढविण्यास कसूर केली नाही. स्ट्रॉबेरीची गोड-आंबट चव काही विलक्षण असे! किती खाल्ल्या तरी पोट भरतच नाही. त्यामुळे झिपऱ्याची घाईगडबड काही विचारूच नका. रत्नीला त्याची धांदल पाहून हसू फुटत होते. अधूनमधून ती त्याला गुदगुल्याही करीत होती.

''काय मजा आहे आज आपली, नाही?'' तिने म्हटले.

''हो तर! मोकळेपणातलं सुख काही औरच असतं. पण माळी कधी येईल याचा नेम नाही. त्या माळ्याची भीती वाटतेय. माळ्याची भीती नसती तर काय बहार झाली असती!'' अन् तेवढ्यात काय झाले? एका नेहमीपेक्षा मोठ्या आकाराच्या स्ट्रॉबेरीकडे झिपऱ्याचे लक्ष गेले. त्याने ताबडतोब ती चोंचीत धरली व

बराच जोर लावून ओढली. परंतु त्याने लावलेला जोर थोडा जास्तच झाला असावा. कारण ते सगळे रोपटेच मुळासकट बाहेर आले अन् तेही इतक्या वेगाने, की त्याचा जोरदार फटका झिपऱ्याच्या डोळ्यावर व मानेवर बसला. 'आ-आई गं...' करीत विव्हळत तो एकदम जमिनीवरच पसरला. त्यात भरीला ती स्ट्रॉबेरी गळ्यात अडकून राहिली. त्यानं कुकुचकू करायचा प्रयत्न केला, घसा खाकरला, पण ती स्ट्रॉबेरी बाहेरही येईना नि घशाखालीही उतरेना! त्याचे प्राण अगदी कंठाशी आले. चेहरा अगदी केविलवाणा झाला.

त्याची ती धडपड बघून रत्नीचा धीरच सुटला. डोळ्यांतून आसवांची धार लागली. पिसे थरथरू लागली. आपण बेशुद्ध पडतो आहोत असेही त्याला वाटून गेले. पण तिने स्वतःला सावरले. थोडे पाणी आणून ते झिपऱ्याच्या चोंचीत घातले. अंगावर शिंपडले तर त्याला बरे वाटले असे तिला वाटले. ही कल्पना सुचताच ती धावत धावत बगिच्यात असलेल्या लहानशा तळ्याकडे गेली.

तळ्याला म्हणाली,

"तळ्या तळ्या, दया कर, दया कर,
पाणी दे मला ओंजळभर, ओंजळभर
पाणी पिईल, झिपऱ्या माझा बरा होईल
हसेल, खेळेल, तुला लाख दुवा देईल."

तळ्याने म्हटले, "रत्नी रत्नी, तुला मी कधी नाही म्हणेन का?

घे ना, हवं तेवढं पाणी खुशाल घे. ओंजळभरच काय हंडाभर घे..."

अन् स्वतःशीच पोटभर हसून तळ्याने म्हटले, "पण रत्नी, हंडाभर पाणी तू नेणार कसं? वेडाच आहे की मी!... आता असं कर. एक द्रोण आण. त्यात पाणी भर. एका चोंचीत पकडून तो द्रोण घेऊन जा. काय, कशी काय आहे कल्पना?"

"खरंच की! थांब रे तळ्या आले रे द्रोण घेऊन."

मग रत्नी गेली वडाच्या झाडाजवळ. वडाला ती म्हणाली.

"वडा वडा, दया कर, दया कर
पाने दे मला दोन चार, दोन चार
पाने घेईन द्रोण करीन
द्रोणातून पाणी नेईन
पाणी पिईल, झिपऱ्या माझा बरा होईल
हसेल, खेळेल, तुला लाख दुवा देईल."

वडाचे झाड म्हणाले, "रत्नी रत्नी, तुला मी कधी नाही म्हणेन का? घे ना, घे तुला हवी तितकी पानं..." थोडं थांबून तो म्हणाला, "पण काय गं, पानं बांधणार कशानं? द्रोण करणार कसा?"

"अय्या ते माझ्या लक्षातच आले नाही..."

"आता द्रोण बांधायचा तर काटे नाहीतर काड्या हव्यात." वडाने सुचविले.

"पण त्या मिळवणार कशा? बांबूच्या काड्या काढायची माझ्या चोचीत ताकद नाही. काटे आणायचे म्हटले तर ते मला टोचतील."

वडाला ते म्हणणे पटले. मग त्याने म्हटले, "असं कर ना. राणीकडे जा. ती बागेत झोपाळ्यावर बसायला येईल आता इतक्यात. तिच्याकडून रेशमाचा धागा मागून घे. त्यानं माझी पानं बांध. छानदार द्रोण होईल. द्रोणात पाणी घे. तुझा नवरा बरा होईल."

"किती चांगला आहेस तू!" असे म्हणून रत्नी राणीकडे निघाली. राणी झोपाळ्याशी येऊन उभी राहिलीच होती. तिचे लक्ष कोंबडीकडे गेले. ती आपल्या दासीवर ओरडली. "अगं बाई गं... मेले गं. ही बघ कुठली कोंबडी आलीय इथं. हाकल तिला."

दासी रत्नीला पकडायला धावणार एवढ्यात रत्नी म्हणाली,

"राणी राणी दया कर, दया कर, माझं एक काम कर, काम कर."

कोंबडीचे ते बोलणे ऐकून दासी थबकली. राणीही आश्चर्याने ऐकू लागली.

रत्नी पुढे म्हणाली,

"राणी राणी,
मला एक रेशमी दोरा दे, दोरा दे
दोरा घेईन, वडाची पाने घेईन

छानदार एक द्रोण करीन
द्रोणातून पाणी नेईन
पाणी पिईल, झिपऱ्या माझा बरा होईल
हसेल खेळेल, तुला लाख दुवा देईल.''

राणीला हसू आवरेना. ''हा झिपऱ्या गं कोण तुझा?''

रत्नीला नवल वाटले. ''तुम्हाला माहीत नाही? तुमचा राजा तसा माझा झिपऱ्या.''

राणीने दासीला म्हटले. ''दासी दासी, रेशमाचा धागा दे हिला.''

दासी म्हणाली, ''पण राणीसाहेब, हे कसं शक्य आहे?''

''म्हणजे आताच्या कायद्याप्रमाणे कुणाला काही द्यायचं असेल तर त्यासाठी राजेसाहेबांची परवानगी हवी. प्रधानाची नि सल्लागार मंडळाची संमती हवी. ठराव मांडला पाहिजे, त्याला मंजुरी मिळाली पाहिजे.''

दासीचे ते बोलणे ऐकत असताना रत्नीचा जीव वर खाली होत होता. तिची खात्री पटली की या सगळ्या सोपस्कारानंतर रेशमाचा धागा मिळणार असेल तर निकालच लागणार म्हणायचा. तोपर्यंत झिपऱ्याच्या जिवाचे काही बरेवाईट झाले तर...? अन् त्याबरोबर तिच्या डोळ्यांत आसवे उभी राहिली. ती राणीला म्हणाली, ''बाई बाई,

माझा नवरा तिकडं तडफडतो आहे. या दासीनं सांगितल्याप्रमाणे सारं झाल्यानंतरच धागा मिळणार असेल तर तो धागा तुझा तुलाच लखलाभ होवो.'' आणि तशीच ती परत फिरली. त्या वेळी ती पुटपुटली, ''म्हणे राजाची राणी! पण-पण साधा रेशमाचा धागा देण्याचीही तिला सत्ता नाही. करायचं काय असल्या भिकारड्या राणीपदाला...!'' राणीला तिचे ते पुटपुटणे ऐकू गेलेच. तिला चटका बसला. एकदम ती म्हणाली, ''अगं रत्नी, घे गं हा धागा.''

पण रत्नी हे ऐकायला होती कुठे? ती कधीचीच तळ्याजवळ पोचली होती. तिने एक थेंबभर पाणी चोंचीत घेतले. झिपऱ्या निपचित पडला होता, तेथे जाऊन बघते तर झिपऱ्या ऐटीत स्ट्रॉबेरीवर ताव मारीत असलेला. घशात अडकलेली स्ट्रॉबेरी कधीच निघालेली होती. रत्नी जवळ आल्यावर तो तिला एक टपोरी स्ट्रॉबेरी देऊन म्हणाला, ''बघ, कशी आहे?''

रत्नीच्या मनात विचार आला... इतका वेळ माझ्या मनात घालमेल चालली होती; किती धावपळ चालली होती, तिचा या स्वारीला पत्ताही नाही. पण काहीही असो. झिपऱ्या ठीक असलेला बघून ती आनंदली. त्याने दिलेली स्ट्रॉबेरी तिने चोचीत धरली. मग तिला हसायला आले. ''काय तरी मी वेडबंबा! उगाच केली एवढी धावपळ!''

तेवढ्यात झिपऱ्या तिच्याजवळ आला. तिला हलवून म्हणाला, ''अगं ए रत्नी, चल पळ लवकर खुराड्याकडे. तो बघ हुसेनमिया इकडे येतोय.'' दोघे जे सुसाट धावत सुटले ते खुराड्यातच जाऊन थांबले.

बहादूर बंडू आणि शीला

बंडूला महाबळेश्वर एकदम पसंत पडले. काय ती थंडगार हवा... किती गर्द हिरवीजर्द झाडी...! अन् जांभळांचा तर तोटाच नाही. दिसायला बारीक पण गोड इतकी, की साखरही फिकी वाटावी. इतर ठिकाणची जांभळं असतात मोठी, पण त्यांची चव कसली तुरटी तुरट असते... बडा घर पोकळ वासा! महाबळेश्वरच्या त्या इटुकल्या पिटुकल्या पण रुचिर जांभळावर बंडू अगदी खूश झाला आणि त्यांची झाडंही सारीच उंच नसत. काही बुटकी काही पसरट. त्यामुळे झाडावर चढायची यातायात नाही; मग झाडावरून पडायची भीती कोठून असणार? त्या विल्सन पॉइंटवर तर काही झाडे इतकी लहान होती की, खुशाल झोपून जांभळे खावीत. बंडूने तर ठरविले की, बस्स, आता दररोज जांभळे काढायला जायचे. भरपूर जांभळे खायची, फिरणंही होईल; जांभळेही मिळतील. एका दगडात दोन पक्षी!

त्या दिवशीही तो असाच जांभळे काढायच्या मोहिमेवर निघाला. विल्सन पॉइंटच्या

दुसऱ्या चबुतऱ्याजवळून खाली गेल्यावर जांभळाची बरीच झाडे आहेत. त्या वेळी बंडूने तिकडेच जायचे ठरवले. काही झाडांना पिकलेल्या जांभळाचे घोसच्या घोस लटकलेले होते. एका झाडावरून जरी जांभळे काढली असती तर त्याच्या चड्डीचे, शर्टचे सारे खिसे भरून, रुमालही भरला असता... पण एकाच झाडाची जांभळे खाण्यात काय मजा असणार? म्हणून या झाडावरून त्या झाडाकडे जा, यावरील चार जांभळे काढ, त्यावरचे थोडे घोस काढ, त्यातील काही खिशात तर काही तोंडात टाक, असे करीत बंडू चालला होता. त्या नादात आपण किती पुढे आलो याचे भानच त्याला राहिले नाही.

पण त्या झाडांच्या गर्दीत मध्येच असलेल्या एका मोठ्या काळ्याकभिन्न पत्थराने त्याचे लक्ष वेधून घेतले. काळा कातळ! त्यात विशेष ते काय असणार? दगडासारखा दगड! पण बंडूला आश्चर्य वाटले ते त्या कातळाच्या एका बाजूला असलेल्या वर उघडणाऱ्या लाल लाल दरवाजाचे!

"हा दरवाजा जादूचा तर नसेल ना? पऱ्यांच्या गोष्टीत असतो तसा!" त्याच्या मनात विचार आला. तो त्या दरवाजाजवळ गेला. नेहमीसारखाच दरवाजा होता तो; पण लाल रंगाचा. उंचीला मात्र कमी. बाहेरून त्याला कडी नव्हती. त्याने तो

उघडण्यासाठी वर उचलण्याचा प्रयत्न केला. ठोठावून बघितले, पण तो काही उघडला नाही.

''दार उघडत नाही वाटतं हे! नवलच आहे. ठोठवायचं तरी किती! आत कुणी आहे की नाही?''

त्याने पुन्हा प्रयत्न केला; पण काही उपयोग झाला नाही. दार आतून बंद केलेले असावे. त्याने आजूबाजूला निरखून बघितले. तो त्याला वरच्या बाजूला दारावर लाल शाईत काहीतरी लिहिलेले होते. बंडूने ते वाचले.

''मंगळवारी मध्यरात्री
हा दरवाजा उघडतो.''

''अरे व्वा! मंगळवारी मध्यरात्री.'' बंडू आनंदाने ओरडला, ''आपण येणार तर मग. आत काय जादू भरली आहे ते एकदा बघायलाच हवे.''

धावत धावत तो घरी गेला. त्याची बहीण सागरगोटे खेळत बसली होती. ''अगं ए शीला, आम्ही काय जमाडीजंमत पाहिली, ठाऊक आहे का तुला?'' बंडूने विचारले.

पण शीला सागरगोटे झेलण्यात इतकी गुंगली होती की, तिचे लक्ष बंडूकडे गेले नाही. त्याबरोबर त्याला राग आला. आपण एवढा मोठा शोध लावला अन् ही कार्टी ऐकायलाही तयार नाही म्हणजे काय? त्याने तिच्या त्या सागरगोट्यांवर झडप घातली

अन् सारे सागरगोटे दिले इकडेतिकडे भिरकावून.

तिने त्याच्या हाताला असा काही चावा घेतला की बंडोबा ओय ओय करू लागले.

''डाव मोडलास माझा, नाही का बंडुरड्या? तुला असंच पाहिजे, थांब.''

शीला म्हणाली, ''बाबा आल्यावर आता त्यांनाच सांगते.''

चावा घेतलेले ठिकाण तोंडाने चोखत काकुळतीला येऊन बंडूने म्हटले, ''अगं ए शीला, अहो शीलाताई, मला पाहिजे तर एकदा चावा घे, पण हे बाबांच्या कानावर जाऊ देऊ नकोस.''

''मग माझे गजगे उधळलेस कशाला?''

''तू माझं काही ऐकायलाच तयार नव्हतीस ती? मी तुला एक जमाडीजंमत सांगणार होतो गं!''

''जमाडीजंमत? कसली रे?''

''पण दुसऱ्या तिसऱ्या कुणाला सांगायची नाही बरं का!''

''बरं, घे शप्पथ.''

''कुणाची?''

''कुणाची? माझी, तुझी, कुणाचीही!''

''माझीच घेते. माज्या गळ्या''

''बरं बरं नको, शपथ घेणे चांगले नसते ना? आमची शीला शहाणी आहे. ती कुणाकुणाला काही सांगणार नाही, खरं ना?''

शीला समाधानाने हसली. तिचा सारा राग आता संपला होता. बंडूच्या गळ्यात हात घालून मोठ्या लाडिकपणे ती म्हणाली, ''मग ती जमाडीजंमत सांग ना रे तुझी–''

आणि बंडूने सारी हकिगत सांगितली. विल्सन पॉइंटच्या दुसऱ्या चबुतऱ्याजवळ असलेला तो कातळ, त्या कातळाचे ते लाल दार, त्यावरील तो मजकूर – सारे सारे सांगितले.

''आपण तर बुवा या मंगळवारी रात्री जाणार त्या ठिकाणी. मग बघ कसा पराक्रम दाखवतो ते. शिवाजीने बाराव्या वर्षी तोरणा सर केला. हा पठ्ठ्या तर अकराव्या वर्षीच पऱ्यांच्या राज्यात पराक्रम गाजविणार.'' आपली छाती फुगवीत बंडू म्हणाला.

''बंडूदादा, मीही येते तुझ्याबरोबर.'' शीलालाही त्याच्याप्रमाणे पराक्रम गाजविण्याची इच्छा होती. ''मलादेखील आपण साहसी असावं असं वाटतं. मी तुला मदत करीन की.''

''वाहव्वा!'' बंडोबा मोठ्याने खिदळत म्हणाले, ''तू अन् मला मदत करणार? नऊ-दहा वर्षांची पोरगी तू. मुलखाची धांदरट अन् घाबरट, तोंड बघा धाडस

करणारीचं. मध्यरात्री काळोखात मैलभर चालशील का?''

''न चालायला काय झालं? रात्री लघवीला बाहेर एकट्यानं जायचं तर तुला भुताच्या भीतीनं कापरं सुटतं अन् म्हणे मध्यरात्री विल्सन पॉइंटवर जाणार.''

''मग त्यात काय झालं? अगं, आता पऱ्यांच्या राज्यात जायचंय. आता कसलीही भीती नाही शिवत मनाला. आम्ही त्या निर्भय शिवाजीचे मर्दमावळे वीर गडी आहोत, समजलीस काय? वेळ पडली तर प्रत्यक्ष सिंहाच्या जबड्यात हात घालू.''

''बरं बरं बंडोपंत, तुमचं हे व्याख्यान एखाद्या संवादात घालायला सांगू हं आपण बाबांना.''

''पण शीला, तू एक काम करशील?''

''छे, आपण नाही करणार बाबा; आम्ही पोरी घाबरट अन् धांदरट. आम्ही तुझं काय काम करणार?''

''ए जा, असं गं काय करतेस? मी आपलं उगाच म्हटलं तसं, क्षमा मागू का तुझी?''

पुन्हा शीलाबाई प्रसन्न झाल्या.

"हे बघ, मंगळवारी रात्री सगळे झोपल्यावर मी हळूच बाहेर जाईन. तू सांगू नकोस हं ते कुणाला. अन् परत आल्यावर दार उघड. करशील एवढी मदत?"

शीलाने हो म्हटले. आपण नाही तरी आपल्या भावाने मोठ्ठा पराक्रम करावा, अशी तिचीही इच्छा होतीच. म्हणूनच तर तिने तत्काळ संमती दिली.

"माझी शहाणी शीलाताई. बघच आता या मंगळवारी हा पठ्ठ्या कसा विक्रम गाजवणार!"

मंगळवारी रात्रीचा सुमार.

घरात सामसूम झाल्यावर बंडूने शीलाच्या मदतीने दार उघडले. तो बाहेर पडला. शीलाला त्या वेळीही वाटले की, आपणही जावे याच्याबरोबर. पण पुन्हा तो 'तुम्ही पोरी मुलखाच्या धांदरट नि घाबरट असता' असे काहीतरी म्हणून आपला पाणउतारा करील, अशी तिला भीती वाटली.

"बघ. घाबरू नकोस हं. देवाचं नाव घे पाहिजे तर मनात." तिने बंडूच्या खांद्यावर हात ठेवून म्हटले.

"अगं हट्! मी असा घाबरतोय होय! पऱ्यांच्या राज्यात निघालेल्या माणसाला कसली डर वाटणार? बघ तर खरं. पण दार उघडं ठेवून वाट बघत बस बरं का!"

"बरं!"

मग तो निघाला.

आधी नाही म्हटलं तरी काळोखाची त्याला भीती वाटली. पण वर आकाशातले तारे पाहिल्यावर त्याला बरं वाटलं. त्या कातळातले ते लाल दार आठवले अन् त्याची पावले भराभर पडू लागली. ते दार उघडल्यावर आत काय काय दिसेल, याचा विचार करीत तो चालला होता. या विचारात गुंगल्यामुळे त्या कातळाशी आपण कधी येऊन पोहोचलो ते त्याचे त्यालाही कळले नाही. ''आं.. इतक्या लवकर येऊन पोचलो आपण?''

मग त्याचे लक्ष दाराकडे गेले. दार सताड उघडे होते. त्या दारातून एक लांबलचक अरुंद रस्ता दिसत होता. त्यच्या दोन्ही बाजूंना काजव्याचे दिवे लावलेले होते. बंडू आत शिरला. थोडेसे भय त्याच्या मनाला चाटून गेले. पण लगेच पऱ्यांच्या राज्यात आपण जाणार आहोत, हे आठवले अन् सारे भय पळून गेले. काही वेळ त्या अरुंद रस्त्यावरून चालल्यावर त्याला एक प्रशस्त दिवाणखाना दिसला. त्यात रंगीबेरंगी चित्रविचित्र दिवे लटकत होते. त्यांचे आकार किती विलक्षण होते! काही फुलांसारखे तर काही ढगांसारखे. अगदी झगमगून निघालेला होता तो दिवाणखाना. बऱ्याचशा पऱ्या तेथे जमून नाचत बागडत होत्या. आपल्या चिमण्या आवाजात किलबिल करीत होत्या. बंडूला एकदा वाटले की, पऱ्यांकडे जावे, त्यांच्यात मिसळावे, त्याचबरोबर

गोड गोड गप्पा माराव्यात. पण लगेच त्याला थोडा संकोचही वाटू लागला. नकोच ते. मग एका पडद्याआड उभा राहून तो त्या पिटुकल्या पऱ्यांकडे, त्यांच्या नयनमनोहर झग्यांकडे, सजवलेल्या पंखांकडे अन् त्यांच्या नाचाकडे निरखून पाहू लागला. त्याच वेळी त्याच्या लक्षात एक गोष्ट आली. त्या दिवाणखान्याच्या एका कोपऱ्यात एक सिंहासन होते, त्यावर एक काहीतरी चौकोनी वस्तू चकाकत होती. पण त्या बाजूला एकही परी जात नव्हती. एक परी तिकडे जायला निघाली, तर दुसऱ्या परीने तिला एकदम मागे खेचले. ''त्या कोपऱ्यात काय असावे बरे?'' बंडू विचार करू लागला.

थोड्या वेळाने नाच संपला. एकेक परी त्या दिवाणखान्यातून बाहेर पडू लागली. त्या आता आपापल्या घरी चालल्या असाव्यात; असा बंडूने मनाशी अंदाज बांधला. सगळ्या पऱ्या निघून गेल्यावर बंडूला अगदी एकटे एकटे वाटू लागले. मघाचे ते सारे दिवे एकदम अदृश्य झाले. त्या कोपऱ्यातल्या सिंहासनावर मात्र एक दिवा लटकत होता. तेथेच काय तो उजेड होता. ती चौकोनी वस्तू कसली असावी? बंडूची चौकसवृत्ती जागी झाली. तो मांजराच्या पावलांनी त्या कोपऱ्यात गेला. त्या सिंहासनाजवळ गेला. ती चौकोनी चकाकणारी वस्तू म्हणजे एक पेटी होती. आकर्षक कलाकुसर केलेली व हिऱ्यामोत्यांनी मढवलेली. तिला कुलूप लावलेले होते; पण त्या

कुलुपातच एक किल्लीही ठेवलेली होती. त्या किल्लीला अडकवलेल्या एका चिटोऱ्यावर लिहिलेले होते, 'सावध राहा. ही किल्ली फिरवू नका.'

बंडूला आश्चर्य वाटले. कुलपात किल्ली आहे अन् किल्लीवर लिहिलेले आहे की- 'सावध राहा, ही किल्ली फिरवू नका.' काय असावे बरे या पेटीत? मोठा खजिना तर नसेल? खजिना असला तर काय मजा येईल! शीलाला आपण हिरेमोती बक्षीस देऊन टाकू, दर वर्षी महाबळेश्वरला येऊ, राहायला एखाद्या माजी संस्थानिकाचा बंगला विकत घेऊ अन् मग जांभळांना तर काय तोटा?

विचारांच्या नादात आपण ती किल्ली केव्हा फिरवली, हे त्याच्या ध्यानातही आले नाही. पण कुलूप काढून तो त्या पेटीचे झाकण उघडू लागला, तोच कानठळ्या बसणारा भला मोठा आवाज झाला. धडाड्धूम..

त्या पेटीतून धुराचे लोट बाहेर पडत होते. बंडूच्या नाकातोंडात धूर गेल्याने क्षणभर त्याला काहीच दिसेना, काही सुचेना. धूर जरा विरळ झाल्यावर त्याला या धुरातून एक अगडबंब माणूस- माणूस

कसला, राक्षस असावा तो – बाहेर पडत असलेला दिसला. त्याबरोबर त्यानं मोठ्याने किंकाळी फोडली. त्याचे हातपाय थरथर कापू लागले. आपल्या छातीत कुणीतरी प्रचंड भगदाड पाडत आहे, असे त्याला वाटले.

"कोण, कोण आहेस रे तू?" बंडूला त्या पेटीतून निघालेल्या राक्षसाने दरडावून विचारले. लाथेच्या एका ठोकरीसरशी ती पेटी लांब उडवून देऊन तो राक्षस त्या सिंहासनावर बसला.

"मी..मी..ब..बन..बन..डू" बंडूची तर बोबडीच वळलेली होती.

"मग माझ्या राज्यात- या वेताळ राक्षसाच्या राज्यात तू आलास कशाला?"

"वेताळ राक्षसाच्या राज्यात? छे छे! मी तर हे पऱ्यांचं राज्य आहे असं समजून आलो... बंडूने म्हटले, "तू तू वेताळ...?"

"हो हो वेताळ समजलास काय?"

"काय समजणार? वेताळच राक्षसच..." बंडू पुटपुटला. पण आता त्याची भीती बरीच कमी झाली होती. या राक्षसाच्या तावडीतून ताबडतोब सुटले पाहिजे, नाही तर आपली काही धडगत नाही, हे त्याच्या लक्षात आले होते. काहीतरी वेगळ्याच रीतीने या राक्षसाला खूश करून येथून पळ काढला पाहिजे, असे त्याने ठरवले.

"पण का हो वेताळ महाराज... एक विचारू का?" बंडूने मोठ्या नम्रतेने विचारले, "तुम्हाला या पेटीत कुणी कोंडून ठेवले?"

वेताळाचा चेहरा एकदम पडला. आपल्याला पऱ्यांच्या राणीने कैद केले होते

हे या छोट्या पोराला कसे बरे कळले? मोठा हुशार दिसतो हं हा मुलगा! पण याला आता भीतीच दाखवली पाहिजे. ''तुला रे का करायच्या आहेत या पंचायती? थांब.. बरा माझ्या तावडीत सापडला आहेस, करतो तुझा चट्टामट्टा...''

''अहो नका हो... माझी बहीण घरी वाट पाहत असेल. मी घरी नाही गेलो तर आईबाबांचे काय होईल? नका... नका हो खाऊ मला...'' असं काहीतरी बोलून त्या राक्षसाच्या पायावर लोटांगण घालावं असं त्याला वाटलं; पण त्याच्या तोंडून ते शब्दच फुटेनात. या राक्षसाकडे अशी भीक मागायची? छे छे! त्यापेक्षा मेलो तरी ...नाहीतरी आपल्याला काहीतरी साहस करायचं होतं, धाडस दाखवायचं होतं, पराक्रम गाजवायचा होता. आता तशी संधी आली आहे; मग भित्र्या भागुबाईसारखं पळायचं? नाही, कधीही नाही.

''ए बोल ना, तोंड आहे की नाही?'' वेताळ ओरडला. ''वेताळ महाराज, शांत व्हा जरा, शांत व्हा.'' बंडूने अगदी निश्चयी आवाजात म्हटले, ''तुमची कैदेतून सुटका केली म्हणून तुम्ही मला ठार मारणार? तुम्ही माझा चट्टामट्टा उडवणार? उपकाराची फेड अशी अपकारानं करणार?'' राक्षस त्या प्रश्नाने काहीसा गडबडला.

''मग, मग दुसरं काय करणार?''

''तुमची कैदेतून सुटका केली म्हणून माझे आभार माना, मला काहीतरी बक्षीस

द्या, मला घरी जाऊ द्या.''

राक्षसाचा चेहरा खुलला. ''अहो, असं करायचं काय? बहोत अच्छा. आम्ही राक्षस असलो तरी दुष्ट नसतो. केलेले उपकार आम्ही जाणतो. बोल तुला काय हवं?''

ते ऐकून बंडूचा आनंद गगनात मावेना. ''तुझा चट्टामट्टा करू का?'' असे थोड्या सेकंदापूर्वी विचारणारा हाच का तो राक्षस? आश्चर्य आहे. आता हा एवढा खूश झाला आहे तोवरच काहीतरी मागून घेतले पाहिजे, येथून निघून गेले पाहिजे; न जाणो, पुन्हा याचा विचार बदलायचा नि 'तुला आता खातो' असे म्हणायचा.

''पण नकोच. तुला काय हवं हे नको मला. मीच तुला देतो. काय देऊ बरं तुला मी? हं... आलं लक्षात.'' राक्षस विचार करीत स्वतःशीच बोलत होता.

''अहो पण...''

''पण बिण काही नाही. हे बघ रे पोरा, तुला मी चार दिवसांची मुदत देतो. या चार दिवसांत तू कोणतीही चार कामं करायला मला सांग. अन् एक गोष्ट लक्षात ठेव. तू सांगितलेली चारही कामं जर मी पूर्ण केली तर मात्र तुझा चट्टामट्टा केला जाईल आणि जर मला एखादं काम नाही करता आलं तर... मी पुन्हा त्या पेटीत शिरेन.''

पण बंडूने ते पुरते ऐकलेही नाही. चार दिवस चार कामं! काय कामं सांगायची बरं या राक्षसाला? याच विचारात तो गुंग झाला होता. त्यामुळे पुढचे सारे त्याच्या कानात

शिरलेच नाही. आपण वाचलेल्या पऱ्यांच्या गोष्टी त्याला आठवत होत्या. मागू ते देणार...शत्रूंचा धुव्वा उडविणारी जादूची तलवार, अंगात घातल्याबरोबर अदृश्य करून टाकणारा जादूचा झगा, जी वाजवली असता समोर असलेले सारे लोक नाचू लागत अशी मधुर मुरली... अन् आणखीही कितीतरी वस्तू... त्यांपैकी काहीतरी मागितले तर!...?

"बरं बरं वेताळ महाराज, आज रात्रीचं तर एक काम सांगतो, तेवढं करून द्या. उद्या रात्री येऊन पुढचं काम सांगेन..."

"ठीक आहे, काय काम आहे आज?"

"मला एक जादूची सतरंजी आणून द्या, तिच्यावर बसून वाटेल तेव्हा, वाटेल तेथे जाता आलं पाहिजे. कराल हे काम?"

"हो, त्यात काय कठीण आहे?" अन् त्याच वेळी त्याने एक जादूची सतरंजी बंडूच्या हाती दिली.

"इतक्या लवकर केलं हे काम? आश्चर्य आहे बुवा!" बंडू सतरंजीवर बसून घरी जायला निघाला.

"बरंय वेताळ महाराज, उद्या मध्यरात्री येईन. तो लाल दरवाजा उघडाच ठेवा हं."

सतरंजीवर बसून बंडू घरी आला. एक मिनिटही त्याला लागला नसेल. दारावर

अगदी हळूच त्याने टकटक केले. शीला वाट पाहतच होती. तिने ताबडतोब दार उघडले. बंडूने मग तिला सारी हकिगत सांगितली.

''पण काय रे, मला उद्या या जादूच्या सतरंजीवर बसवून आर्थरसीट दाखवून आणशील ना? नाहीतर मी बाबांना सांगेन बरं का!'' शीलाने आपली अट सांगितली.

''हो हो, का नाही? आपण दोघे आता महाबळेश्वरचे सगळे पॉइंट्स पाहून टाकू. ''बरं बरं, आता गुपचूप जाऊन झोप बघू. आईला चाहूल लागली तर पंचाईत व्हायची. दोन अडीच वाजले असतील आता...''

''जशी तुझी आज्ञा...''

''पण उद्या आर्थरसीट दाखवायचं नक्की ना?''

''हो हो.''

दुसऱ्या दिवशी ती भावंडे आर्थरसीट बघून आली. तेथील खोल कडा पाहिल्यावर मनात भीतीचा गोळाच उत्पन्न होई. किती दूरदूरचा टप्पा नजरेत येई! खाली खोऱ्यांतून लहान-लहान गावे वसलेली होती- पाच-सात घरे असणारी. ती घरे खेळण्यातली असावीत इतकी लहान दिसत होती. शेतांचे हिरवे-पिवळे पट्टे,

खडूसारखी दिसणारी सावित्री नदी वगैरे पाहून शीलाला मोठी मजा वाटली. "अय्या, किती लहान दिसतात ती माणसं नाही?" शीलाने म्हटले, 'वाघाचे पाणी' पिऊन तर ती इतकी खूश झाली की दररोज आर्थरसीटवर यावे महणून तिने बंडूशी लाडीगोडी लावायचे ठरवले.

त्या दिवशी रात्रीही बंडू त्या पऱ्यांच्या राज्यात गेला. वेताळ त्याची वाट पाहतच होता. बंडूने विचार केला की जादूचा झगा, मंतरलेला दिवा किंवा जादूची बासरी अशा कुठल्या वस्तू मागितल्या तर वेताळ त्या वस्तू एका सेकंदात आणून देईल. तेव्हा काहीतरी वेगळीच आणि अवघड अशी गोष्ट राक्षसाला सांगितली पाहिजे. म्हणून त्या दिवशी बंडूने म्हटले, "वेण्णा धबधब्याच्या खाली जी दरी आहे ना, या दरीत मला एक उत्कृष्ट राजवाडा बांधून दे. त्यात सोने, मोती, हिरे यांनी भरलेले तळघर हवे. राजवाडा इतका चकचकीत पाहिजे की पाहणाऱ्याचे डोळे दिपूनच जावेत. मात्र हा राजवाडा मला एकट्याला दिसला पाहिजे. इतर कुणाला नाही."

त्याला वाटले होते की, असला राजवाडा याला कसला बांधता येतोय?

राक्षसाने थोड्याच वेळात तसला राजवाडा निर्माण केला. "चल रे पोरा, तो बघ राजवाडा. आहे का नाही मनासारखा?"

बंडूला तो चकचकीत सोनेरी राजवाडा बघून खूप आनंद झाला. त्या राजवाड्यात सोने, मोती, हिरे, माणके वगैरेंनी भरलेले तळघरही होतेच.

वेताळाला कसल्या कसल्या जादू अवगत होत्या कुणास ठाऊक!

हिरे, माणके वगैरे संपत्तीने भरून टाकलेली तळघरे दाखवून वेताळ राक्षस म्हणाला, ''काय, खूश आहेस ना पोरा? कधी पाहिली होतीस का अशी संपत्ती?''

बंडूने आश्चर्याने तोंडात बोटे घातली होती, त्यामुळे त्याला बोलताच येईना!

''पण पोरा, माझी अट लक्षात आहे ना? उद्याचा तिसरा दिवस; परवाचा चौथा. दररोज एकेक काम तुला सांगता येईल म्हणजे एकंदर दोन कामे बाकी आहेत. ती दोन्ही मी केली तर, तर तू जिवंत राहणार नाही. जर एखादं काम नाही करता आलं तर मी स्वतः पुन्हा त्या पेटीत शिरेन.''

तो आलिशान राजवाडा पाहून झालेला सगळा आनंद बंडूच्या चेहऱ्यावरून एकदम मावळला. आणखी दोन कामे! ती जर राक्षसाला करता आली तर ...तर मरणाशिवाय सुटका नाही. आणि 'मरणाशिवाय सुटका नाही' हा विचार मनात येऊन त्याच्या अंगाला दरदरून घाम सुटला. कसाबसा जादूच्या सतरंजीवर बसून तो घरी गेला. त्याचा उतरलेला चेहरा पाहून शीलाने विचारले, ''का रे, काय झालं? तुझा

चेहरा असा पांढरा का पडलाय?''

त्यानं राक्षसाचे ते बोलणे सांगितले, ''शीला, आता एखादं असं काम सुचव की राक्षसाला ते करता येऊ नये. सुचव ना!''

''मला नाही बाई काही सुचत! आम्ही पोरी तर मुलखाच्या धांदरट अन् घबराट. आम्हाला कसली आली आहे अक्कल! आम्ही काय सुचवणार?''

''शीले, शीले, असं काय? अजूनही तू माझं मूर्खाचं ते बोलणं विसरली नाहीस? आता पुन्हा मला ते वाक्य उच्चारून हिणवलंस तर याद राख... असा बुकलून काढीन की–''

''ओ हो हेच तुमचे साहस का? धाकट्या बहिणीला बुकलून काढणार? काढतर खरा, गाजव पराक्रम तेवढा तरी!''

''आता खरंच मारीन हं...! काय बुवा ही तुम्हा पोरींची जात...''

''पुन्हा पोरींची जात?''

''ओ...'' जीभ चावत बंडू म्हणाला, ''नाही नाही, तोंडातून एकदम निघून गेलं... मला असं म्हणायचं नव्हतं. चुकून म्हटलं मी ते!''

‘‘समजून उमजून करायचं नि मग चुकलो म्हणून सांगायचं!’’

‘‘बरं बाईसाहेब, आज भांडायची हुक्की आलेली दिसतेय तुम्हाला! आम्ही सपशेल लोटांगण घालतो. अपराध्याला क्षमा असावी,’’ आणि बंडोपंतांनी साष्टांग नमस्कार घातला त्याबरोबर शीलादेवी संतुष्ट झाल्या.

मग वेताळाला कुठले अशक्य काम सांगायचे याचा विचार सुरू झाला. ते वाचलेल्या परीकथा आठवू लागले. त्यात अशा काही गोष्टी वाचल्याचे त्यांना आठवले. कुत्र्याचे शेपूट सरळ करणे, चाळणीत पाणी भरणे वगैरे. बंडूने एका कुत्र्याला राक्षसाजवळ न्यायचे ठरवले; पण शेजारचा मोत्या आपल्या अंगाला हातच लावू देईना त्याला! मग काय करायचं! चाळणीत पाणी भरायला सांगायचं? तिसऱ्या रात्री त्याने तेच काम राक्षसाला सांगितले.

‘‘त्यात काय अवघड आहे?’’ राक्षसाने म्हटले अन् एका चाळणीत पाणी भरून आणले. बंडू आश्चर्याने पाहतच राहिला. असे कसे होईल? त्याने चाळणी उलटी करून पाहिली. तारा इतक्या बारीक होत्या की, त्यांच्या चाळणीतून पाणी बाहेर पडणेच शक्य नव्हते. सगळेच ओंफस झाले!

आता आपण जगत नाही याची बंडूला खात्री पटली. घरी परतल्यावर शीलाला म्हणाला, ‘‘शीला आता चाललो मी. पुन्हा कधी भेट होणार आपली? आई-बाबांना मात्र या हकिगतीतलं काही सांगू नकोस.

पण त्यांना किती वाईट वाटेल गं! आई, बाबा...'' त्याला एकदम रडू कोसळले. पण शीलाने त्याच्या तोंडावर हात ठेवला.

''ए रडतोस कशाला? आई-बाबा ऐकतील ना?'' बंडूने हुंदके आवरले.

''मला एक युक्ती सुचलीय, सांगू?'' शीलाने विचारले,

''तुला युक्ती? सांग, सांग लवकर.''

''हे बघ, हे काय आहे.'' आपल्या काळ्याभोर कुरळ्या केसातला एक केस काढून बंडूला देत ती म्हणाली.

''हा तर साधा केस आहे...''

''बरोबर. सरळ आहे की वाकलेला?''

''सरळ कुठला? वाकडा तिकडाच आहे.''

''ठीक, मग कर बघू सरळ...''

बंडूने प्रयत्न केला, पण तो केस काही ताठ-सरळ होईना. वाकडा तो वाकडाच!

''नाही ना सरळ होत?'' शीलाने विचारले, ''आता हाच राक्षसाला नेऊन दे. सांग सरळ करायला. मग बघ काय मजा होते ती!''

बंडूने वेताळाला तो केस दिला; सरळ करण्याचे काम सांगितले. राक्षसाला आरंभी वाटले, किती सोपे काम आहे! या पोराचे लुसलुशीत मांस आता खायला मिळणार तर! त्याने खूप प्रयत्न केले; त्या केसाला पाण्याने भिजवले; तर तो वाकडाच झाला. त्यावरून इस्त्री फिरवली पण तरी वाकडा तो वाकडाच! हळुवारपणे हात फिरवून तो केस सरळ करण्याचा त्याने प्रयत्न केला, त्याला दाबात ठेवले; पण कशाचाच काही उपयोग झाला नाही. केस सरळ झाला नाही.

''वेताळ महाराज... ती पेटी उघडी आहे.'' बंडोबा राक्षसाला दरडावल्या आवाजात म्हणाले, ''तुमची वाट पाहत आहे.''

आपण हरलो आहोत हे वेताळाने जाणले. मोठ्याने आरडा ओरडा करीत तो पेटीत शिरला. बंडूने चपळाईने तिचे झाकण बंद करून कुलूपही लावून टाकले. किल्लीवर 'सावध राहा, ही किल्ली फिरवू नका' असा मजकूर होताच. त्या पुढे बंडूने स्वतः एक वाक्य लिहिले–

''कारण बहादूर बंडूने वेताळ राक्षसाला या पेटीत बंद करून ठेवले आहे.''

नाचत बागडत तो घरी आला. त्या वेळी त्याच्या ध्यानात आले की आपण जादूची सतरंजी गुहेतच विसरून आलो म्हणून! साऱ्यांना त्याने आपल्या पराक्रमाची हकिगत सांगितली; पण शीलाशिवाय इतर कुणाला ती खरीच वाटेना!

''स्वप्न पडलं असेल तुला!'' दादा म्हणाले.

''स्वप्न कसं असेल? मी प्रत्यक्ष त्या राक्षसाला पाहिलंय. त्याला पेटीत बंद केलंय! तुम्हाला ती जागा दाखवतो पाहिजे तर!''

एके दिवशी तो दादांना बरोबर घेऊन त्या ठिकाणी गेला. पण खूप शोधूनही तो कातळ सापडला नाही. तो दरवाजा दिसला नाही. त्या वेण्णा धबधब्याखालच्या दरीतला तो राजवाडा बंडूला दिसला तरी दादांना दिसला नाही. त्यामुळे या हकिगतीवर त्यांचा विश्वास बसला नाही. बालमित्रांनो, तुम्ही कधी महाबळेश्वरला गेलात तर बघा शोधून. कदाचित त्या राक्षसाशीही गाठ पडेल. अशी गाठ पडली तर काय मागायचे तेही ठरवून ठेवा. मात्र त्याच्या जाळ्यात अडकू नका! पण 'ते स्वप्न असावे' हे दादांचे म्हणणे मला पटत नाही; कारण आता बंडू शीलाला कधी 'तुम्ही पोरी मुलखाच्या धांदरट नि घाबरट!' असे चुकूनही म्हणत नाही.

●

तारका

तीन भाऊ होते. एकाचे नाव होते जनू. दुसऱ्याचे नाव होते मनू आणि तिसऱ्याचे नाव होते विनू. तिन्ही भाऊ बहादूर होते; पण विनू तर विनूच होता! तिघेही चतुर होते. विनू त्यापेक्षाही वरचढ होता. तिघेही सज्जन; पण विनूचा क्रमांक त्यातही वरचा!

एक होती राजकुमारी. त्या राजकुमारीचे नाव होते तारका! बळात बहादूर, गुणात आणि स्वभावाने सुशील! ताऱ्यांप्रमाणे सुंदर, स्थिर आणि तेजस्वी. अशी ती सुंदर राजकुमारी होती.

या तिन्ही भावांनी निश्चिय केला. 'बस्स! विवाह करायचा तर तो या राजकुमारीशी. तारकेशी?' तिघे राजकुमारीकडे गेले.

जनू राजकुमारीला म्हणाला, 'कुमारी, कुमारी! माझ्याशी लग्न करशील?'

मनू राजकुमारीला म्हणाला, 'कुमारी, कुमारी! माझ्याशी विवाह करशील?

विनूने राजकुमारीला म्हटले, 'कुमारी, कुमारी! माझ्याशी विवाह करशील?

राजकुमारी म्हणाली, 'कोण रे तुम्ही? जा! ज्या रस्त्याने आला, त्या रस्त्याने निघून जा! असा का कुठे विवाह होतो? म्हणे, कुमारी, कुमारी! माझ्याशी विवाह करशील का? असं तुमच्या अंगात काय आहे की मी तुमच्याशी विवाह करू?'

ते तिघे हिरमुसले झाले. चिमणीएवढे तोंड करून आपल्या घरी गेले विचार करीत उद्गारले, 'आता काय करावे बरे? राजकुमारी खूश कशी होईल? आता काहीतरी उपाय शोधायलाच हवा.'

जनू उद्गारला, 'अरे, यात काय आहे अवघड? चला, आपण तिचा राजवाडा उडवून लावू व राजकुमारीला पळवून आणू. तिच्यात वजन ते काय असणार?'

त्याबरोबर विनू उद्गारला, 'भाई, जरा समजून उमजून मगच कोणत्याही ठिकाणी पाय द्यावा! लढाई जिंकणे हे काही सोपे काम नाही. राजकुमारीच्या प्राप्तीऐवजी मरणाची प्राप्तीही व्हायची कदाचित!'

हे ऐकून जनू-मनू यांना आपला मूर्खपणा कळला. ते अजिजीने विनूला म्हणाले, ''विनू, मग तूच दाखवना एखादा मार्ग! गोष्टी तर मोठमोठ्या सांगतोस, पण मार्ग मात्र दाखवीत नाहीस!''

विनूने ते ऐकल्यावर म्हटले, ''चला तर! आपण आपल्या म्हाताऱ्या आजीकडे जाऊ या! ती आपल्याला मार्ग दाखवील.''

त्यानंतर ते त्रिकूट म्हाताऱ्या आजीजवळ गेले. तिच्या पाया पडत म्हणाले,

''आजी आजी आम्ही तुझ्या पाया पडतो आहोत.''

आजी म्हणाली, ''या बाळांनो! तुम्ही बरे तर आहात ना? काय काम घेऊन आलात?''

विनू म्हणाला, ''आजी, ती आपल्या राजाची मुलगी आहे ना, तिच्याशी लग्न करण्याचा आम्हा तिघांचा विचार आहे. आम्हाला ती अतिशय आवडतेय! ती म्हणते, 'तुमच्यात असे काय विशेष आहे की मी तुमच्याशी विवाह करू?' यावर काही उपाय आहे का आजी?''

आजी म्हणाली, ''यात काय रे अवघड आहे? अरे, किल्ला तोडणं वा लढाईवर जाणं, या भानगडी सांगितल्या कोणी करायला? तुम्ही तिच्या राजवाड्यात जा आणि तिची खूप खूप स्तुती करा! तिच्या रूपाबाबत, गुणाबाबत तिची प्रशंसा करा. पण हे पहा, तिला आवडतील अशाच गोष्टी तिला सांगा.''

तिघांना नवा हुरूप चढला. ते राजवाड्याच्या वाटेने निघाले.

पहाट झाली होती. आकाशात शुक्राचा तारा चकाकत होता. राजवाड्याच्या अगदी डोक्यावर दिसत होता तो! उंच उंच अशा अनंत आकाशात चमकत होता तो!

विनूला तो तारा पाहताच अतिशय आनंद झाला. त्याच्या मनात विचार आला, 'हा तारा आहे तो अगदी राजकुमारीसारखाच आहे! याचे नाव तारका, तसे राजकुमारीचे

नावही तारकाच. जसे हिचे नाव तसेच हिचे गुण! पाहा, कसा चमकतो आहे तो तेजाने!'

तिन्ही भाऊ राजकुमारीजवळ गेले... राजकुमारीने त्यांना विचारले, "अरे, पुन्हा आला का तुम्ही?"

"आम्हाला तुमच्याशी विवाह करायचा आहे." तिघे एकदमच उद्गारले.

राजकुमारी ते ऐकून रागावली. "पुन्हा तीच गोष्ट! तुम्हाला माझ्याविषयी काय वाटते ते तर सांगाल का नाही? जो माझ्या बाबतीत ठीकठीक जाणतो आणि ज्याच्यावर माझे मन बसेल, अशा तरुणापाशीच मी लग्न करणार आहे. पाहा, विचार करून काय ते बोला! राजकुमारीशी विवाह करणे ही काही साधीसुधी गोष्ट नाही!"

जनू म्हणाला, "राजकुमारी, किती सुंदर दिसतेस तू! या जगात तुझ्याइतकी सुंदर कोणी नाही! काय तुझे गुण! धन्य धन्य आहेस तू!"

राजकुमारीने ते ऐकून म्हटले, "अरे, ही गोष्ट तर मला हजारो लोकांनी सांगितली. यात काही नवीन नाही. ही गोष्ट ऐकून मी थकले आहे. कोणती नवी गोष्ट सांगायची असेल तर सांग. नाहीतर दरवाजा उघडा आहे!"

जनूने खूप विचार केला, पण त्याला नवीन गोष्ट काही सुचेना. आता आणखी जास्त फजिती

व्हायला नको असा विचार करून तो चालता झाला.

मनूने खूप विचार करून ठेवला होता.

राजकुमारी त्याला म्हणाली, 'सांग, तुला कोणती गोष्ट सांगायची आहे? त्याच्यासारख्या गोष्टी सांगून फुकट माझे कान खाऊ नकोस!'

मनूने आनंदाने म्हटले, "राजकुमारी, मी तुझ्यावर प्रेम करतो. ते कसे सांगू, शब्दांनी कसे वर्णू, हेच कळत नाही. शेषनागाच्या हजार जिभांनी जरी प्रयत्न केला तरी ते सांगता येणार नाही."

राजकुमारीने मान हलवली आणि तिने शांतपणाने म्हटले, "अरे, ही गोष्टही मी हजारदा ऐकली आहे. यात काही नवी गोष्ट सांगायची असेल तर सांग. नाहीतर रस्ता मोकळा आहे."

मनूला ते ऐकून अतिशय वाईट वाटले. तो सुतकी चेहरा करून तेथून चालता झाला. राजकुमारीने विनूकडे पाहिले व म्हटले, "तुला कोणती गोष्ट सांगायची आहे? की मघासारखीच एखादी गोष्ट सांगून माझे डोके दुखवायचे आहे?"

विनूचे डोळे त्या ताऱ्याकडे लागले होते. त्याच्या मनात गंभीर विचार सुरू होते. 'राजकुमारीला कोणती नवी गोष्ट आवडेल?'

हा विचार त्याच्या मनात आला. आणि क्षणभरच तो विचारात पडला. पण निमिषार्धातच त्याच्या चेहऱ्यावर हास्य चमकले.

तो हसत हसत म्हणाला,

"उंच उंच घराहून उंच!

उंच उंच वृक्षाहून उंच!

निवास आकाशामध्येच!

हेच तुझे नाव आणि हेच तुझे रूप गुण!

दोघी आहात तुम्ही, प्रेमळ जिवलग बहीण!

एक भूतलावर, दुसरी नीलांगणी!

राजकुमारीला विनूची ही गोष्ट ऐकून अतिशय आनंद झाला. कारण ती गोष्ट नवी होती. तिने विचारले, "हे काय?"

विनू उद्‌गारला, "ते तुलाच शोधायला हवं. अच्छा मी जातो, उद्या दुपारी येईन. उत्तर तयार ठेव हं!"

विनूने हसत हसत प्रयाण केले.

राजकुमारीला प्रश्न पडला. ती स्वतःशीच उद्‌गारली,

'कुठे गेला कुमार?

उंच उंच घराहून उंच!

उंच उंच वृक्षाहून उंच!

निवास आकाशामध्येच!'

'काय असेल हे?' राजकुमारीला कोडे पडले. 'बिलकुल नवीन गोष्ट आहे ही! काय असेल? पण छे.....! काय हा चांदोबा असेल....? छे!

चांदोबा असू शकेल? त्याच्यासारखी मी कमी होते वा वाढते कुठे? मग हे असे कोण असेल बरे?'

राजकुमारीला त्या दिवशी जेवण गोड लागले नाही की स्वस्थ झोपही आली नाही. केव्हा सकाळ होतेय आणि तो येऊन आपल्याला त्या प्रश्नाचे उत्तर सांगतोय, असे तिला झाले.

सकाळी ती लवकरच उठली. घाईघाईने तिने आंघोळ वगैरे केली व ती विनूची वाट पाहत बसली.

थोड्या वेळाने हसऱ्या चेहऱ्याने विनू राजकुमारीजवळ आला व उद्‌गारला, ''काय राजकुमारी? काढलंस का त्या प्रश्नाचे उत्तर शोधून?''

''नाही बुवा! मी रात्रभर विचार केला, पण काही सुचले नाही. असे काय असेल?''

'उंच उंच घराहून उंच! उंच उंच वृक्षाहून उंच!

निवास आकाशामध्ये! आणि तरीही रूप गुणांत मजशी समान!'

विनूने म्हटले, 'तुलाच हे शोधून काढावे लागेल. तुझ्या रूप गुणांबद्दल आहे हे! ते

तुला जाणता आले पाहिजे.'

'माझं नाव विनू...बरंय् मी जातो आता....उद्या परत येईन... उत्तर शोधून ठेव..!'

दुसऱ्या दिवशी विनू आला. तिसऱ्या दिवशीही आला... रोज रोज तो येई आणि राजकुमारीला विचारी, काय लावला पत्ता माझ्या कोड्याचा?'

पण राजकुमारीला काही उत्तर देता येत नसे.

राजकुमारीने अखेर ठरविले, आपण हे कोडे राजाला सांगू आणि जो या कोड्याचे उत्तर सांगेल, त्याच्याशी विवाह करू.

राजानेही त्याप्रमाणे वागण्याचे ठरविले. त्याने सर्व राज्यात जाहीर केले, 'पुढील कोड्याचे उत्तर जो तरुण देईल, त्या तरुणाशी राजकुमारीचा विवाह करण्यात येईल.'

'उंच उंच घराहून उंच!
उंच उंच वृक्षाहून उंच!
निवास आकाशामध्येच -'

देशोदेशीचे राजकुमार गोळा झाले. त्यांना हेच कळले नव्हते की या प्रश्नात

विचारलेय काय? कोणते तरी उत्तर द्यायचे. पाहू या जमल्यास! नशिबाची परीक्षा पाहू या! लागला लग्गा तर लागला, नाहीतर आपले काय जातेय, अशा विचारानेच सर्व जण जमले होते.

राजवाड्याच्या सभागृहात दरबार भरला. आपापल्या योग्यतेने सर्व उमेदवार आसनस्थ झाले. थोड्या वेळाने राजा, प्रधान व त्यांचे मंत्रीही आले. आणि राजकुमारी तारकाही आली.... त्यानंतर प्रधानाने सर्व सभागृहाला ते कोडे सांगून बरोबर उत्तर देणाऱ्याचा राजकुमारीशी विवाह करण्यात येईल असे सांगितले.

एक तरुण उभा राहिला. त्याने मोठ्या तोऱ्यात उत्तर दिले, 'घरांहून उंच राजमहाल!' सभागृहात एकच हशा पिकला. ओशाळून तो तरुण खाली बसला.

दुसरा तरुण उठला. त्याने गर्वाने म्हटले, 'आपल्या राज्यात असलेला भव्य मनोरा की ज्याची उंची हजार फूट आहे...!'

राजकुमारी चमकली. पण छे! आपल्या नावाशी कुठे याचे साम्य...? आणि ती आकाशात कुठली? तिने उत्तर दिले, प्रश्नाचे उत्तर नव्हे.'' तो तरुणही खाली बसला.

''नाही तरुणा, मनोरा हे माझ्या प्रश्नाचे उत्तर नव्हे.'' तो तरुणही खाली बसला.

तिसरा तरुण उद्गारला, ''झाडाहून उंच ताड!'' सगळ्या सभागृहात एकच हशा

पिकला. तोही ओशाळून खाली बसला.

पुन्हा अशीच उत्तरे येऊ लागली. पण राजकुमारीला त्यांपैकी कोणाचेही उत्तर पटले नाही.

पुन्हा अशीच उत्तरे येऊ लागली. पण राजकुमारीला त्यापैकी कोणाचेही उत्तर पटले नाही.

आता फक्त एकच तरुण उरला.... तो शांतपणाने उभा राहून म्हणाला, 'मी देतो तुमच्या प्रश्नाचे उत्तर....!'

त्याबरोबर सर्व जण आश्चर्यचकित झाले.... सारे सभागृह अगदी शांत झाले.... तो म्हणाला, 'घराहून उंच, वृक्षाहून इंच अशी तारका आकाशामध्ये दिसते...'

"होय! किती गंभीर, किती स्थिर, किती तेजस्वी भासते ती, नाही का?" राजकुमारीने त्या तरुणाचा हात धरीत म्हटले....

"होय, तेच तुझे गुण आहेत... तुझेही नाव तारकाच आहे! दोन्ही तुम्ही तारका! एक आकाशात, एक माझ्यासमोर!"

कोण होता तो राजकुमार! विनूच होता तो! राजकुमारासारखा पोशाख करून आला होता. राजकुमारीने विचारले, "विनू, तू कुणाचा राजकुमार?"

विनूने हसत म्हटले, "कुणाचा म्हणजे? राजकुमारीचा-तारकेचा!"

श्याम पित्तर

अगदी तरुण वयातच राजपुत्र इंद्रतनय यांना राजपद मिळाले. सम्राट इंद्रसेन हे एका शिकारीला गेले असताना वाघाशी झालेल्या झटापटीत जबर जखमी झाले; आणि त्यातच त्यांचे देहावसान झाले.

राजपुत्र इंद्रतनय त्या वेळी इंग्लंडमधील कोणा नामवंत विद्यापीठात अध्ययन करीत होते. त्यांना तातडीने बोलावण्यात आले; आणि योग्य मुहूर्त पाहून त्यांचा राज्याभिषेक करण्यात आला.

राजदरबारातील इंद्रसेन राजेसाहेबांच्या विश्वासातील सर्वजण बुजुर्ग होते. पंतप्रधान, अर्थमंत्री, सेनापती, पोलिसप्रमुख, कोषपाल, वैद्यराज, सरदार सारे जण वयोवृद्ध, पांढऱ्या केसांचे, पोक्त गंभीर.

त्यांच्याकडे पाहिले की तरुण राजे इंद्रतनय यांना आपण अगदीच नवशिके आहोत असे वाटे. त्यांच्याशी चर्चाविमर्श करतानाही इंद्रतनय महाराजांना अगदी मोजून मापून बोलावे लागे. आणि पंतप्रधान, अर्थमंत्री, सेनापती वगैरे सर्वजण राजे इंद्रतनय यांना अगदी लहान मुलांप्रमाणे वागवत. 'आपल्याला अजून हे कळायचे नाही,' अशा थाटात त्यांच्याशी बोलत. आपापसात बोलताना राजे इंद्रतनय यांचा उल्लेख ते 'मुका बाहुला' असाच करीत. 'आपला बाहुला काय म्हणतोय?' 'त्या मुक्याला मी आज चांगले झापले' अशाच गप्पा ते एकमेकांत मारीत.

त्या वेळी दरबारात जायचे म्हणजे इंद्रतनय महाराजांना मोठे संकट वाटे. नको ते

राजपद; नको तो दरबार, असे होऊन जाई. आपल्या या पायघोळ रेशमी सुळसुळीत राजवस्त्रात आपण अगदीच पोरकट दिसतो; ही वस्त्रे आपल्याला शोभत नाहीत, असे त्यांना वाटे.

परंतु एकदा एका मेजवानीच्या वेळी त्यांना आपल्याबरोबर विद्यापीठात असलेला श्याम पित्तर भेटला; आणि त्याच्याशी गप्पा मारताना राजे इंद्रतनय यांना पहिल्यांदाच अगदी मोकळे मोकळे वाटले. आकाशातले काळेसावळे ढग पांगले; आणि आकाश निळेभोर स्वच्छ झाले असे वाटले. त्या दिवशी त्यांच्या गप्पा खूप रंगल्या.

बोलता बोलता आपल्या राजप्रासादात श्याम पित्तरला घेऊन राजा इंद्रतनय आले. आपल्या महालात त्यांनी त्याला नेले आणि म्हटले, ''श्याम, असे हे राज्यपद मिळाल्यापासून माझी पार दैना उडालीय बघ. हे सारे बुजुर्ग लोक. मला ते अगदी पाळण्यातल्या पोरासारखे वागवतात. तुम्हाला यातले काही कळणार नाही म्हणून माझा पाणउतारा करतात. मला काही बोलूच देत नाहीत. आपणच काय करायचे ते ठरवून तसा निर्णय घेऊन मोकळे होतात. काय करावे कळत नाही. तू का नाही माझ्या दरबारात येत? मी तुला हवा तो हुद्दा देतो. तू माझा सल्लागार हो.''

"हे बघ मित्रा. आपण दोघे मित्र आहोत. तुझ्या दरबारात एक सेवेकरी म्हणून राहण्यात मला काही रस नाही. तुझा नोकर बनलो की आपली मैत्रीही संपेल. तू मात्र मित्र म्हणूनच हवा आहेस."

"हे बघ, तुझी कुचंबणा मला कळते. पण मी तुझ्या दरबारात एखादा हुद्दा घेऊन राहिलो तर हे सारे सरदार-दरकदार माझा दुस्वास करतील. माझ्याविरुद्ध कारस्थाने रचून मला बदनाम करतील. तुझ्या कानांत माझ्याबद्दल खोटेनाटे सांगून तुझी दिशाभूल करतील. तेव्हा मला हुद्दा नको. हुद्यापेक्षाही मला तुझी मैत्री प्रिय आहे. पण तुला मी मदत जरूर करीन."

"कशी?" उत्सुकतेने राजे इंद्रतनय यांनी विचारणा केली.

"हे बघ, कोणीही तुला भेटायला आले; किंवा तुला काही विनंती करायला आले तर फक्त मला तुझ्याशेजारी उभे राहू दे. अधूनमधून तुझ्याजवळ येऊन तुझ्या कानात मी कुजबुजत राहीन. बस्स! तुझे काम होईल. माझेही काम होईल."

"अरे दोस्ता, मी एवढा राजा आहे. तू दरबारात राहिलास तर तुला चांगला तनखा

मिळेल. गाडी-घोडा मिळेल. तुझ्याही दिमतीला सेवक राहतील. पण ते काहीही तुला नको आहे; आणि मागून मागून तू मागितलेस काय, तर माझ्याजवळ उभे राहण्याची आज्ञा? कमाल आहे लेका तुझी! अरे, देव प्रसन्न होऊन तुला म्हणाला की माग हवे ते; तर तू म्हणणार- मला काही नको. फक्त तुझ्याशी एक शब्द बोलू दे.''

''होय. देव आला तरी मी एवढेच मागेन.''

''ठीक आहे दोस्ता. उद्यापासून दरबार भरला की तू हजर राहत जा.''

दुसऱ्या दिवशी दरबार भरला तेव्हा श्याम पित्तरही हजर राहिला. सिंहासनाजवळचेच एक आसन त्याला देण्यात आले. तो निमूट बसून राहिला.

सेनापतींनी आपल्या तलवारकट मिशांवरून हात फिरवत म्हटले, ''हे कोण? आमच्या रांगेत यांचे आसन आले कसे?''

राजे इंद्रतनय म्हणाले, ''हे आमचे इंग्लंडमधले मित्र. आम्ही एकाच विद्यापीठात अध्ययन करत होतो. भारतात ते आले आहेत म्हणून आम्ही त्यांना 'आमचा दरबार पाहण्यास या' असे आमंत्रण दिले. भारतात असेपर्यंत ते दरबारात हजेरी लावत राहतील.''

"एवढंच व्हय; मग छान!" सेनापतींनी समाधानाचा सुस्कारा सोडला. त्याचबरोबर दरबारातल्या इतरांनाही हायसे वाटले. प्रत्येकाला मनात धास्ती होती की आपल्या नाकावर टिच्चून याला कुठले पद दिले तर आपली धडगत नाही. परंतु तसे काही घडलेले नव्हते. आपली पदे शाबूत आहेत; आपल्या पदांना कसलाही धोका नाही या विचाराने ते सारे निश्चिंत झाले.

त्या दिवशी दरबारात अनेक नगरवासी आले होते. एकेक जण पुढे होऊन राजे इंद्रतनय यांना आपले निवेदन देई. 'या बाबतीत आपण लक्ष घालून मला न्याय मिळवून द्या,' अशी विनंती करी. अशा वेळी नेमका श्याम पित्तर पुढे होऊन राजे इंद्रतनय यांच्या कानाशी काहीतरी कुजबुज करी आणि परत आपल्या आसनावर स्थानापन्न होई.

त्या दिवशी सुमारे दहा नागरिकांनी निवेदने दिली आणि दहा वेळा श्याम पित्तरने राजेसाहेबांच्या कानाजवळ आपले तोंड नेऊन हलकेच काही बातचीत केली. इतरांना ऐकू न येईल इतक्या बारीक आवाजात! दरबारातील मंडळी त्यामुळे विचारात पडली. हा काय प्रकार आहे, हेच कोणाला कळेना.

दुसऱ्या दिवशी सकाळी सकाळी श्याम पित्तरच्या घरी अनेक नगरवासी हजर झाले. कोणी हारतुरे आणले होते; कोणी वस्त्रे, कोणी अलंकार, कोणी भेटवस्तू.

''श्यामराव, राजेसाहेबांकडे आमचे असे असे काम आहे. तुम्ही शब्द टाकलात तर ते होऊन जाईल.''

''छे हो! मी राजेसाहेबांचा मित्र आहे हे खरे; पण मी काही कुठल्याही कामाबद्दल त्यांच्याशी बोलत नाही. अधूनमधून ते म्हणतात म्हणून मी त्यांना विनोद सांगतो. ते खूष होतात. दरबाराच्या कामात मी कधीच हस्तक्षेप करीत नाही. मैत्री ती मैत्री. तिला व्यवहाराची कीड लागू नये.''

''पण श्यामराव; तेवढा आमच्यासाठी एक शब्द टाका. एखादा विनोद सांगून झाल्यावर राजेसाहेब खूष झाले की आमचे नावही घ्या म्हणजे झाले.''

जाताना हे लोक बरोबर आणलेल्या वस्तूही ठेवून जात. ''अहो विठ्ठलराव, तुमची ही सोन्याची अंगठी येथे टेबलावरच राहिली.'' श्याम पित्तरने हाक मारून म्हटले. तर ते विठ्ठलराव म्हणाले, ''अहो, ती तुमचीच समजा. मी कुठे अंगठी आणली होती?''

दुसरे गृहस्थ एक थैलीच ठेवून गेले. श्याम पित्तरने त्यांना हटकले. तेही तसेच म्हणाले, ''ही थैली आता तुमचीच समजा हो! मी कुठे आणली होती?''

श्याम पित्तरची आई म्हणली, ''अरे बाळ, हे रे काय चालले आहे? हे नगर जन आपल्या घरी अशा या भारीभारी वस्तू का ठेवून जात आहेत?''

''आईसाहेब, ते ठेवून जात नाहीत; विसरून जात आहेत. विचारले तर म्हणताहेत - ही वस्तू आपली नाहीच.''

''असे कसे रे सारे विसरळभोळे लोक!''

दरबार भरला की श्याम पित्तर नेहमीप्रमाणे राजे इंद्रतनय यांच्याजवळ जाऊन त्यांच्या कानात फुंकर मारल्यासारखे दोन-चार शब्द बोले, पुन्हा आपल्या आसनावर बसे. राजे इंद्रतनय त्या वेळी हसत. ''काय लेकाचा हा दोस्त! मागून मागितले तर म्हणून पुन्हा खुदकन हसत.

श्याम पित्तरच्या निवासस्थानी आता केवळ नगर जनांचीच नव्हे तर पंतप्रधान, सेनापती, कोषपाल, भांडाररक्षक, पोलिसप्रमुख वगैरेंची वर्दळ सुरू झाली. श्यामच्या घरात रोज नवनव्या गोष्टींची भर पडू लागली. देश-परदेशच्या वस्तू त्याच्या घरात लोक विसरून जात आणि त्याबद्दल श्यामने काही म्हटले तर सरळ सांगत- ''छे हो,

आम्ही कुठे येताना ही वस्तू बरोबर आणली होती? ती आपलीच असणार. आमची अशी फिरकी घेता काय राव? अहो, आमच्याकडे जे काही आहे ते सर्व आपलेच नाही काय? आपली कृपादृष्टी आमच्यावर असावी, एवढीच आमची इच्छा.''

.....असे काही दिवस लोटले.

एकदा रात्री बराच वेळपर्यंत राजे इंद्रतनय आणि श्याम पित्तर यांच्या गप्पा रंगल्या.

राजे इंद्रतनय म्हणाले, ''श्याम्या, लेका; तुला मी दरबारात मानाची जागा देत होतो; अन् ती तू नाकारलीस. मागितलेस काय तर अगदीच हास्यास्पद वाटण्याजोगे. एवढे दिवस झाले; तुला खरेच पश्चात्ताप नाही होत ? त्या वेळी आपण मानाचा हुद्दा मागायला हवा होता; संपत्ती, कीर्ती मिळवायला हवी होती, असे नाही वाटत तुला?''

''मुळीच नाही. मी केले तेच बरोबर, अशी माझी खात्री पटलीय.''

''अरे, पण तुला पैसा मिळाला असता; मान मिळाला असता; सत्ता तुझ्या हाती असती. तू श्रीमंत झाला असतास!''

''हो ना! तुझ्या दरबारातले ते पद न स्वीकारताही या सगळ्या गोष्टी मला मिळाल्या. तू दिल्या असत्यास त्याच्या दसपटींनी मिळाल्या, माहिती नाही तुला?''

''छे! मुळीच नाही.'' अविश्वासाच्या सुरात राजे इंद्रतनय म्हणाले, ''असे कसे म्हणतोस तू?''

श्याम पित्तरने मग आपल्या निवासस्थानी नगर जन कसे येतात; आणि ते वस्तू कशा विसरून जातात हे सविस्तर सांगितले. पंतप्रधान, सेनापती, भांडारपाल, वनरक्षक, कोषपाल वगैरेही नित्य नियमाने हजेरी लावतात, हेही त्याने मोठ्या अभिमानाने राजे इंद्रतनयांच्या ध्यानात आणून दिले.

राजे इंद्रतनय खरोखरच थक्क झाले.

मोठमोठ्याने हसू लागले.

''श्याम्या लेका, तू खरेच या सर्वांचा गुरू निघालास. खूष आहे मी तुझ्यावर. माझ्या या सगळ्या अधिकाऱ्यांना मी आता डच्चू देतो. हे माझे सल्लागार, मार्गदर्शक आणि ते तुझ्यापुढे गोंडा घोळत बसणार. मला जरूरच काय मग त्यांची? उपयोग

काय त्यांचा? आपमतलबी लेकाचे! हावरट. स्वार्थी, दरबारात उच्च पदावर राहायची त्यांची लायकीच नाही. त्यांना रजा द्यायला हवी.''

राजे इंद्रतनय यांनी लगेच एक फर्मान काढले,

''पंतप्रधानापासून सर्व अधिकाऱ्यांना आपण पदमुक्त करीत आहोत; आणि आमचे सल्लागार म्हणून विद्याविभूषित श्याम पित्तर यांची नेमणूक करीत आहोत.''

तशी दंवडी सर्वत्र देण्यात आली.

राजदरबारातले कुठलेही काम करायचे असेल तर नगर जन आता राजे इंद्रतनय यांनाही भेटण्याचे कष्ट घेत नाहीत. श्याम पित्तर यांच्याकडेच ते नजराणा घेऊन सरळ जातात, आणि तुम्हाला सांगायला हरकत नाही- त्यांचे काम होऊन जाते.

आपले काही काम असेल तर आम्हाला सांगा. आम्ही आपली श्याम पित्तर यांच्याशी गाठ घालून देऊ.

●